பச்சை மிட்டாய், சிவப்பு மிட்டாய்

பச்சை மிட்டாய், சிவப்பு மிட்டாய்

என். சொக்கன்

ZDP
SPECIFICS

Title: Pachai Mittay Sivappu Mittay
Author's Name: N Chokkan

Published by ZDP Specifics

ZDP SPECIFICS

(An imprint of Zero Degree Publishing)
No. 55(7), R Block, 6th Avenue,
Anna Nagar,
Chennai - 600 040

Website: www.zerodegreepublishing.com
E Mail id: zerodegreepublishing@gmail.com
Phone: 89250 61999

ZDP Specifics First Edition: January 2024
ISBN: 978-93-95222-93-8
TITLE NO ZDPS: 79

Rs. **100/-**

Cover Design & Layout: Vijayan, Creative Studio
Printed at Repro, India

பொருளடக்கம்

அறிமுகம்

எதைச் செய்யவேண்டும் என்கிற அறிவு வாழ்க்கைக்கு முக்கியம், எதைச் செய்யக்கூடாது என்கிற அறிவும்தான். இவற்றில் ஒன்றைமட்டும் தெரிந்துவைத்துக்கொண்டால் நமக்குப் பாதி வெற்றிதான் கிடைக்கும்.

இந்தப் புத்தகம் ஒவ்வோர் அத்தியாயத்திலும் உங்களுக்கு இரண்டு மிட்டாய்களைக் கொண்டுவருகிறது. பச்சை மிட்டாய், நாம் நாள்தோறும் செய்யவேண்டிய ஒரு பழக்கத்தைச் சொல்லித்தந்து வழிகாட்டுகிறது, சிவப்பு மிட்டாய், எப்போதும் செய்யக்கூடாத ஒரு பழக்கத்தை விளக்கி எச்சரிக்கிறது. இரண்டும் சுவையான மிட்டாய்கள், பல்வேறு ஆளுமைகள், அறிஞர்கள், வெற்றியாளர்களிடமிருந்து திரட்டிய பயனுள்ள மிட்டாய்கள். ருசிக்கலாம், ஜெயிக்கலாம்!

இங்குள்ள மிட்டாய்களைத் தொடராக வெளியிட்ட 'ராணி' இதழுக்கும், இப்போது தொகுத்து வெளியிடும் 'ஜீரோ டிகிரி பதிப்பக'த்துக்கும் என் நன்றி. என்னுடைய மற்ற நூல்களைப்போல் இந்த நூலையும் ஆசையுடன் அள்ளிக்கொள்ளப்போகும் உங்களுக்கு, என் அன்பு.

என்றும் அன்புடன்,
என். சொக்கன்,
பெங்களூரு.

அத்தியாயம் – 1

அவர் பெயர் ரால்ஃப் லாரென், அமெரிக்காவின் புகழ்பெற்ற ஃபேஷன் வடிவமைப்பாளர். கலை அழகோடும் பயன்பாட்டுச் சிறப்போடும் அவர் வடிவமைத்த ஆடைகளை வல்லுனர்கள் புகழ்ந்து தள்ளினார்கள், வாடிக்கையாளர்கள் வாங்கித் தள்ளினார்கள்.

அப்படிப்பட்ட ரால்ஃபுடைய நிறுவனத்தில் வெரா வாங் என்ற பெண் வேலைக்கு விண்ணப்பம் செய்திருந்தாள். அவள் இந்தத் துறைக்குப் புதியவள். ஆனால், கற்றுக்கொள்ளவேண்டும் என்ற ஆர்வம் மிகுதியாக இருந்தது. அதுவும் ரால்ஃபிடம் கற்றுக்கொள்வது என்றால் கரும்பு தின்னக் கூலிதான்!

விரைவில், வெரா நேர்காணலுக்கு (இன்டர்வ்யூ) அழைக்கப்பட்டாள். அவளை இன்டர்வ்யூ செய்த ரால்ஃப் கேட்ட முதல் கேள்வி, 'நான் வடிவமைக்கிற ஆடைகள்ல உங்களுக்குப் பிடிக்காத சில விஷயங்களைச் சொல்லுங்க.'

வெராவுக்குத் தூக்கிவாரிப் போட்டது. அப்பேர்ப்பட்ட வடிவமைப்பாளர், அவருடைய ஆடைகளைப்பற்றி இந்தப் புதியவள் குறை சொல்வதா? அதுவும் அவரிடம் வேலைக்குச் சேர்வதற்கான நேர்காணலின்போது!

திகைத்துப்போன வெரா சற்றுத் தயக்கத்துடன் கேட்டாள், ‘நான் உங்களுக்குப் பிடிச்சபடி பேசட்டுமா? இல்லாட்டி, உண்மையைப் பேசட்டுமா?’

‘உண்மையைப் பேசுங்க’ என்றார் ரால்ஃப்.

இது வெராவுக்குச் சற்று துணிச்சலைக் கொடுத்தது. உண்மையில் ரால்ஃப் வடிவமைத்த ஆடைகளில் அவளுக்குப் பிடிக்காத சில விஷயங்களும் இருக்கத்தான் செய்தன. அவற்றை நேர்மையுடன் எடுத்துச்சொன்னாள்.

எனினும், அவள் மனத்தில் ஓர் உறுத்தல் இருந்தது, ‘இவரைப் பாராட்டாட்டியும் பரவாயில்லை, இப்படி விமர்சிக்கணுமா? கண்டிப்பா எனக்கு இந்த வேலை கிடைக்கப்போறதில்லை’ என்று எண்ணிக்கொண்டாள்.

ஆனால், வெரா சற்றும் எதிர்பாராதவிதமாக, அந்த வேலை அவளுக்குதான் கிடைத்தது. ரால்ஃபிடம் அவள் ஏராளமான விஷயங்களைக் கற்றுக்கொண்டாள், அவளும் சிறந்த ஃபேஷன் வடிவமைப்பாளராகப் புகழ்பெற்றாள்.

பொதுவாக எல்லாருக்கும் புகழ்ச்சியைக் கேட்கப் பிடிக்கும். நம்மை, நம்முடைய அழகை, திறமையை, வலிமையை யாராவது புகழ்ந்தால் மகிழ்ச்சியுடன் கேட்டுக்கொள்வோம், சும்மா வெளியில் ‘இதெல்லாம் ஒரு பெரிய விஷயமா? வேற எதையாவது பேசுங்க’ என்று சொன்னாலும், உள்ளுக்குள் காலரைத் தூக்கிவிட்டுக்கொள்வோம்.

மறுபக்கம், நம்மை யாராவது விமர்சித்தால் நமக்குப் பிடிப்பதில்லை. அதில் உண்மை இருந்தாலும் ஏதாவது சப்பைக்கட்டாகச் சொல்லிச் சமாளிக்கத்தான் முயல்வோம்.

ஆனால், சிறந்த திறமையாளர்கள், வெற்றியாளர்கள் புகழ்ச்சியைவிட விமர்சனத்தைத்தான் கூடுதலாக விரும்புகிறார்கள். ஏனெனில், புகழ்ச்சி என்பது அப்போது நமக்கு மகிழ்ச்சியளிக்குமேயன்றி அதனால் நீண்டகாலப் பயன் ஏதுமில்லை. விமர்சனம்தான் நம்மிடம் இருக்கிற குறைகளைச் சுட்டிக்காண்பித்து முன்னேறச்செய்யும்.

அதாவது, பாராட்டுகளும் புகழ்ச்சிகளும் விரைவுணவு (ஃபாஸ்ட்ஃபுட்) போன்றவை. நாக்குக்கு ருசி, உடலுக்குப்

பயன்படாது. விமர்சனங்களோ உடலுக்கு நன்மையைத் தரும் கசப்பான மருந்தைப்போன்றவை. இது ரால்ஃபுக்குப் புரிந்திருந்ததால்தான் வெராவிடம் ‘என்னுடைய குறைகளைச் சொல்லுங்கள்’ என்று கேட்டார், அவள் சொன்ன பதில்களையும் திறந்த மனத்துடன் கேட்டுக்கொண்டார்.

வெரா சொன்ன எல்லாவற்றையும் ரால்ஃப் செயல்படுத்தியிருக்க மாட்டார். அதில் உண்மையாகத் தோன்றுகிறவற்றைமட்டும் எடுத்துக்கொண்டிருப்பார், மற்றவற்றை விட்டிருப்பார். அதையெல்லாம் தாண்டி, அத்தனை புகழ்பெற்ற வெற்றியாளராக இருந்தபோதும் தன்னிடம் குறைகளே இல்லை என்று எண்ணாமல் யார் வேண்டுமானாலும் தன்னை விமர்சிக்கலாம் என்று நினைத்த அவருடைய எண்ணத்தைத்தான் நாம் அவரிடம் கற்கவேண்டும்.

பச்சை மிட்டாய் 1: நம்மைப்பற்றிய விமர்சனங்களைக் காது கொடுத்துக் கேட்போம், உண்மையானவற்றை ஏற்றுக்கொள்வோம்.

★★★

அந்த நகரத்தில் ஒரு மிகப் பெரிய தொழிற்சாலை அமையவிருந்தது. அதை எப்படி வடிவமைக்கலாம் என்று விவாதிப்பதற்காகப் பல வல்லுனர்கள் கலந்து பேசினார்கள். அடுத்த சில வாரங்கள் அந்தக் குழு பலமுறை சந்தித்தது, பல்வேறு விஷயங்களை விவாதித்தது.

ஆனால், அந்த விவாதங்களைத் தொகுத்துப் பார்க்கிறபோது, ஒரு விநோதமான பழக்கம் தெரியவந்தது: அவர்கள் தொழிற்சாலையின் பைக் ஷெட்டை, அதாவது, தொழிலாளர்கள் தங்களுடைய இரு சக்கர, நான்கு சக்கர வண்டிகளை நிறுத்தும் இடத்தைப்பற்றி அடிக்கடி பேசினார்கள், நிறைய நேரம் பேசினார்கள். சொல்லப்போனால், தொழிற்சாலையின் அமைப்பு, அங்கு நிறுவவேண்டிய இயந்திரங்கள், அவற்றின் ஆற்றல் போன்றவற்றையெல்லாம்விட, இந்த பைக் ஷெட்பற்றிய விவாதம்தான் மிகுதியாக நடைபெற்றது.

இது என்ன விநோதம்! மிகச் சிறந்த திறமைசாலிகள் சேர்ந்து பேசும்போது முதன்மையாகப் பேசவேண்டிய விஷயங்களை விட்டுவிட்டு ஏன் பைக் ஷெட்டைப்பற்றி இவ்வளவு அலட்டிக்கொள்கிறார்கள்?

சிரில் நார்த்கோட் பார்கின்ஸன் என்ற பிரிட்டிஷ் வரலாற்றாளர், எழுத்தாளர் இந்தப் பழக்கத்துக்கு 'Bikeshedding' என்று பெயர் வைத்திருக்கிறார். அதாவது, முதன்மையான, உடனடியாகத் தீர்க்கவேண்டிய, பெரிய தாக்கத்தை உண்டாக்குகிற விஷயங்களை மறந்துவிட்டுச் சில்லறை விஷயங்களில் கவனம் செலுத்துவது.

இது ஏன் நடக்கிறது?

நீங்கள் இரண்டு வேலைகளைச் செய்யவேண்டும். அவற்றில் ஒன்று சிக்கலானது, நிறைய சிந்தித்துச் செயல்படவேண்டியது. இன்னொன்று எளிமையானது, நேரடியானது. அப்படியானால், நீங்கள் எதை முதலில் செய்வீர்கள்?

நாம் எல்லாரும் எளிமையான வேலையைத்தான் முதலில் செய்வோம். ஏனெனில், அதற்கு நாம் அவ்வளவாக மெனக்கெட வேண்டியதில்லை.

ஒருவேளை, உங்களிடம் பத்து எளிமையான வேலைகளும் ஒரு கடினமான வேலையும் இருந்தால்? அப்போதும் அந்தப் பத்து எளிய வேலைகளுக்குதான் நாம் கூடுதல் முக்கியத்துவம் கொடுப்போம்.

பைக் ஷெட்டிங் விஷயத்திலும் இதுதான் நடக்கிறது. பைக் ஷெட் அமைப்பது எளிய பிரச்சனை என்பதால், யார் வேண்டுமானாலும் அதைப்பற்றிப் பேசலாம், செயல்படலாம், அது நம் மனத்துக்கு மகிழ்ச்சி தருகிறது. ஆனால், அதில் கூடுதல் கவனம் செலுத்தி விட்டால், முக்கியமான வேலைகள் கெட்டுப்போகும்.

யோசித்துப்பாருங்கள், ஒவ்வொரு நாளும் நாம் செய்கிற வேலைகளில் எத்தனை பைக் ஷெட்கள்! அவற்றில் கவனம் செலுத்துவதன்மூலம் நாம் எந்தத் தொழிற்சாலைகளை ஒழுங்காக வடிவமைக்காமல் நேரத்தை வீணடிக்கிறோமோ, யாருக்குத் தெரியும்?

சிவப்பு மிட்டாய் 1: பைக் ஷெட்டிங் வேண்டாம். எளிதில் செய்யக்கூடிய வேலைகளை மட்டும் கவனித்துக்கொண்டிருக்காமல் கடினமான, முதன்மையான வேலைகளைக் கவனிப்போம்.

★★★

அத்தியாயம் – 2

'மணி என்ன?' என்று ஒருவர் கேட்கிறார். 'எட்டரை' என்கிறோம் அலட்சியமாக.

அவர் அதை ஏற்றுக்கொள்வதில்லை, 'கையில இருக்கிற கடிகாரத்தைப் பார்த்துச் சரியாச் சொல்லுங்க' என்கிறார்.

நாம் அவரை முறைத்தபடி கடிகாரத்தைப் பார்க்கிறோம். அது 8:21, அதாவது, 8 மணி 21 நிமிடம் என்று காண்பிக்கிறது. 'நான்தான் சொன்னேன்ல?' என்கிறோம் பெருமையுடன்.

இங்கு நாம் பெருமைப்படுவது சரியா? எட்டரை என்றால் 8:30. ஆனால், கடிகாரத்தில் இருப்பது 8:21. இரண்டும் எப்படி ஒன்றாகும்?

இரண்டும் ஒன்றில்லை. ஆனால், கிட்டத்தட்ட ஒன்றுதான். இது ஒரு பெரிய விஷயமா?

பெரும்பாலான சூழ்நிலைகளில் இது பெரிய விஷயம் இல்லை. ஆனால், சில சூழ்நிலைகளில் இது ஒரு மிகப் பெரிய விஷயமாக இருக்கலாம், 21 நிமிடத்துக்கும் 30 நிமிடத்துக்கும் நடுவிலுள்ள இடைவெளி ஒருவருடைய வாழ்க்கையைத் தீர்மானிக்கக்கூடிய விஷயமாகக்கூட இருக்கலாம்.

மளிகைக்கடையிலும் தராசு இருக்கிறது, நகைக்கடையிலும் தராசு இருக்கிறது. ஆனால், அவற்றைப் பயன்படுத்துவோருக்கிடையில்தான் எவ்வளவு வேறுபாடு!

அரைக் கிலோ உளுத்தம்பருப்பை எடை போடுகிற மளிகைக் கடைக்காரர் நான்கைந்து பருப்புகள் கூடுதலாக இருப்பதைப்பற்றிக் கவலைப்படமாட்டார். சொல்லப்போனால், வாடிக்கையாளர் மனம் மகிழவேண்டும் என்று ஒரு கை பருப்பைக் கூடுதலாக அள்ளிப்போடுகிறவர்களும் உண்டு.

ஆனால், தங்க நகைக்கடையில் அப்படி நடக்காது. அங்குள்ள தராசில் மிகத் துல்லியமான எடை பார்க்கப்படும். ஏனெனில், நகையில் அரை மில்லிகிராம் தங்கம் கூடினாலோ குறைந்தாலோ கடைக்காரருக்கோ வாடிக்கையாளருக்கோ இழப்பாகிவிடும். அதனால், இருவரும் மிகக் கவனமாக இருப்பார்கள்.

'எட்டரை' என்பது குத்துமதிப்பான நேரம், '*8:21*' என்பது துல்லியமான நேரம். இந்தத் துல்லியமான நேரத்தை அறிவதற்கு நாம் கையை நிமிர்த்திக் கடிகாரத்தைப் பார்த்தால் போதும். ஆனால், நமக்கு அதைச் செய்யச் சோம்பல். அதனால், குத்துமதிப்பாக ஒரு நேரத்தைச் சொல்லிவிடுகிறோம். ஒருவேளை, நகைக்கடைக்காரர் தங்கத்தின் எடைக்குத் தருகிற மதிப்பை நாம் நேரத்துக்குத் தந்தால் அப்படிச் செய்வோமா? ஒவ்வொருமுறையும் கடிகாரத்தைப் பார்த்துத் துல்லியமான நேரத்தைச் சொல்லமாட்டோமா?

சர் ஜான் பார்க்கர் என்ற பிரிட்டிஷ் தொழிலதிபர் சிறுவயதில் கப்பல் வடிவமைப்பாளராகப் பணிபுரிந்துகொண்டிருந்தார். அவருடைய வடிவமைப்பு அலுவலகத்தில் *Fuller Barrel* என்ற கருவி இருந்தது. அதைக் கொண்டு நீளத்தை மிகத் துல்லியமாக அளக்கலாம்.

ஆனால், இந்த ஃபுல்லர் பாரெல் மிகக் கனமானது. அதைக் கையில் வைத்துப் பயன்படுத்துவதும் எல்லா இடங்களுக்கும் கொண்டுசெல்வதும் சிரமம். அத்துடன், அதைப் பயன்படுத்துவதற்குக் கூர்மையான கண் பார்வையும் கவனமும் தேவை.

இப்படிப் பல காரணங்களால், ஜானின் அலுவலகத்தில் இருக்கிற பலர் அதற்குப்பதிலாக *12* அங்குல அடிக்கோலைத்தான்

பயன்படுத்தினார்கள். இதன்மூலம் துல்லியம் கிடைக்காது, ஆனால், வேலை எளிதாக முடிந்துவிடும்.

இளம் வடிவமைப்பாளர்கள் 12 அங்குல அடிக்கோலைப் பயன்படுத்தும் போதெல்லாம், அங்கிருந்த தலைமை வடிவமைப்பாளருக்குச் சினம் பொங்கும். அவர்கள் படம் வரைந்து கொண்டிருக்கிற மேசையின்மேல் குத்தி, 'பாரெலைப் பயன்படுத்து, நமக்குத் துல்லியம் வேண்டும்' என்று வலியுறுத்துவார்.

எல்லா இடங்களிலும் அப்படித் துல்லியம் தேவைப்படுவதில்லை. ஆனால், துல்லியம் தேவைப்படும் இடங்களில் மற்ற குறுக்குவழிகளை நாடாமல் சரியான கருவிகளைப் பயன்படுத்தித் துல்லியமாகக் கணக்கிட்டால் அதன்மூலம் நம்முடைய வேலையின் தரம் மேம்படும், நம் தயாரிப்புகளும் சிறப்பாக இருக்கும்.

பச்சை மிட்டாய் 2: துல்லியம் தேவைப்படும் இடங்களில் சிரமம் பார்க்காமல் துல்லியமான கருவிகளைப் பயன்படுத்துவோம்.

★★★

உலகின் மிகச் சிறந்த டென்னிஸ் வீரர்களில் ஒருவர், இரண்டு தலைமுறை இளைஞர்களின் மனத்தை ஈர்த்த திறமையாளர் ரஃபா நடால். குறிப்பாக, களிமண் ஆடுகளங்களில் அவரைப்போல் விளையாடுகிறவர்கள் வரலாற்றில் வேறு யாருமில்லை என்று வல்லுனர்கள் புகழ்வார்கள்.

அப்படிப்பட்ட நடால் சிறுவயதில் டென்னிஸ் கற்றுக்கொண்டிருந்தபோது அவரிடம் ஒரு கெட்ட பழக்கம் இருந்தது. எப்போதெல்லாம் அவர் நினைத்ததுபோல் விளையாட இயலவில்லையோ, அப்போதெல்லாம் சினத்தில் தன்னுடைய டென்னிஸ் மட்டையைத் தூக்கி எறிந்துவிடுவார்.

அப்போது நடாலுக்குப் பயிற்சியளித்துக்கொண்டிருந்தவர் அவருடைய சொந்த மாமா டோனி. அவர் தன்னுடைய மருமகனின் இந்தப் பழக்கத்தைத் தொடர்ந்து கவனித்தார். ஒருமுறை அவனை அழைத்துச் சொன்னார், 'இன்னொருவாட்டி நீ இப்படிச் செஞ்சேன்னா நான் உனக்குப் பயிற்சி கொடுக்கறதை நிறுத்திடுவேன். ஏன்னா, தப்பு செஞ்சது நீ, அந்த டென்னிஸ் மட்டை இல்லை.'

டோனி சொன்னது சிறுவன் நடாலுக்கு எந்த அளவுக்குப் புரிந்ததோ, நமக்குத் தெரியாது. மாமா பயிற்சியை நிறுத்திவிடுவேன் என்று மிரட்டியதால் அச்சத்தில் அவர் இந்தப் பழக்கத்தை நிறுத்தியிருக்கக்கூடும்.

ஆனால், அந்தச் சிறுவனைவிட வயதானவர்கள், அனுபவம் மிக்கவர்கள், திறமை கொண்டவர்கள் பலர் *'shooting the messenger'* எனப்படும் இந்தத் தீய பழக்கத்துக்கு அடிமையாக இருக்கிறார்கள். அதாவது, பிரச்சனையின் வேர் என்ன என்று அலசாமல் மேலோட்டமாக என்ன தெரிகிறதோ அதன்மீது பாய்கிறார்கள்.

எடுத்துக்காட்டாக, நடால் ஒரு போட்டியில் மோசமாக விளையாடுகிறார் என்றால் அவருடைய ஆட்டத்தில் ஏதோ பிழை இருக்கிறது என்று பொருள். அதைக் கண்டுபிடித்துச் சரிசெய்தால் அடுத்த போட்டியில் இன்னும் நன்றாக விளையாடி வெற்றிபெறுவார். அப்படிச் செய்யாமல் மட்டையை வீசி எறிந்தால் அடுத்த போட்டியிலும் அதே பிழைகள் வரும், அதே எதிர்மறைப் பலன்தான் கிடைக்கும்.

ஏதாவது சரியாக வராதபோது நாம் சினம் கொள்வது இயல்பு. ஆனால், அந்தச் சினம் எங்கு பாய்கிறது என்பதைக் கூர்ந்து கவனிக்கவேண்டும். மேலோட்டமாகத் தெரிகிற ஒன்றைப் பிடித்துக்கொண்டு எரிச்சலடைந்தால் ஆழமாகச் சிந்தித்துப் பிரச்சனையை முழுமையாகத் தீர்க்கிற வாய்ப்பை நாம் இழக்கிறோம் என்று பொருள்.

குறிப்பாக, பிரச்சனைக்கு நாமும் காரணமாக இருக்கலாம் என்கிற திறந்த மனம் நமக்கு வேண்டும். எப்போதும் அடுத்தவர்களைக் குற்றம் சொல்வது எளிது. அதைத் தாண்டி வருகிறவர்கள்தான் தங்களை மேம்படுத்திக்கொண்டு பெரிய அளவில் வெல்கிறார்கள்.

சிவப்பு மிட்டாய் 2: எல்லாவற்றுக்கும் பிறரையோ, மற்றவர்களையோ குற்றம் சொல்லவேண்டாம். அலசி ஆராய்ந்து சரியான காரணத்தைக் கண்டுபிடிப்போம்.

★★★

அத்தியாயம் – 3

ஒரு கவிதை எழுதுகிறீர்கள். அதை நண்பர்களுக்கெல்லாம் அனுப்பிவைக்கிறீர்கள். அல்லது, அந்தக் கவிதை ஒரு பெரிய இதழில் தேர்ந்தெடுக்கப்பட்டு வெளியாகிறது. எல்லாரும் அதைப் படித்துவிட்டு உங்களைப் பாராட்டுகிறார்கள். அப்போது நீங்கள் என்ன செய்வீர்கள்?

பெரும்பாலானோர் தங்களைப்பற்றிய பாராட்டைக் கேட்டதும் முகம் மலர்வார்கள், பெருமிதத்துடன் சிரிப்பார்கள், காலரை உயர்த்திக்கொள்வார்கள், 'இந்தமாதிரி பல நல்ல கவிதைகளை நான் எழுதியிருக்கேன்' என்று பெருமையுடன் சொல்லிக்கொள்வார்கள்.

ஆனால், இவையெல்லாம் வெளியில் நடப்பவை. நீங்கள் எழுதிய படைப்பைப்பற்றிய பாராட்டைக் கேட்கும்போது உங்களுக்குள் என்ன நடக்கிறது என்று சற்று யோசியுங்கள்.

நாம் எல்லாரும் நம்மைப்பற்றிய பாராட்டுகளை வாங்கி மனத்துக்குள் பாதுகாப்பாகச் சேமித்துக்கொள்கிறோம். யார் சொன்னார்கள், எப்படிச் சொன்னார்கள், என்ன சொற்களைப் பயன்படுத்திச் சொன்னார்கள், அப்போது அவர்களுடைய முகபாவம் எப்படி இருந்தது என அனைத்தையும் நினைவில் வைத்துக்கொள்கிறோம். ஒருவேளை, அந்தப் பாராட்டு மின்னஞ்சலில், *SMS*, வாட்ஸாப் போன்ற டிஜிட்டல் வழிகளில்

வந்திருந்தால், அந்தப் பாராட்டைத் திரைப்பதிவு (ஸ்க்ரீன்ஷாட்) எடுத்துச் சேமித்துவைக்கிறவர்களும் உண்டு.

இதெல்லாம் எதற்கு?

நாம் ஒவ்வொருவரும் நமக்கு வருகிற பாராட்டுகளை *'Praise Folder'* என்ற கோப்பில் தனியாகச் சேமித்துவைக்கவேண்டும் என்கிறார்கள் உளவியல் வல்லுனர்கள். அதாவது, நம்மைப்பற்றி, நாம் செய்த சிறப்பான பணிகளைப்பற்றி மற்றவர்கள் என்ன நினைக்கிறார்கள் என்பதைக் கேட்டவுடன் மறந்துவிடக்கூடாது. பின்னர் எடுத்துப் புரட்டிப்பார்க்கும்வகையில் பாதுகாப்பாகச் சேமித்துவைக்கவேண்டும்.

சமீபத்தில் நான் சென்றிருந்த உணவகத்தின் சுவர் அவர்களுடைய *Praise Folder*ஆக மாறியிருந்தது. அதாவது, அந்தச் சுவரில் பெரிய தாள் ஒன்றை ஒட்டி, அதில் சில பேனாக்களைத் தொங்கவிட்டிருந்தார்கள். 'எங்கள் உணவு பிடித்திருக்கிறதா? ஆம் எனில், உங்கள் கருத்துகளை இங்கு எழுதுங்கள்' என்று அறிவித்திருந்தார்கள். கடந்த பல மாதங்களாக அங்கு சாப்பிட்ட மக்கள் எழுதிய மகிழ்ச்சிக் குறிப்புகள் அங்கு நிறைந்திருந்தன. இதைப் பார்க்கும் மக்களுக்கு அந்த உணவகத்தின்மீது நல்ல எண்ணம் தோன்றும்.

ஆனால் அதைவிட முக்கியம், அந்த உணவகத்தில் வேலை செய்கிறவர்களுக்கு எப்போதாவது சோர்வு வந்தால், அந்தக் குறிப்புகளைச் சிறிதுநேரம் பார்த்தால் போதும். 'இத்தனை பேர் நம் உணவைச் சாப்பிட்டு நம்மை வாழ்த்தியிருக்கிறார்கள்' என்ற எண்ணம் அவர்களுக்குப் புதிய சுறுசுறுப்பைத் தந்து இன்னும் சிறப்பாகச் செயல்படவைக்கும்.

அதனால்தான் எல்லாரும் தங்களுக்கு வருகிற பாராட்டுகளைச் சேமித்துவைக்கவேண்டும் என்கிறார்கள். என்றேனும் படைப்பூக்கம் குன்றிச் சோர்வோடு இருக்கும்போது அந்தப் பாராட்டுகளைப் புரட்டினால் நம்மீது நம்பிக்கை பெருகும், புதிய ஊக்கம் கிடைக்கும்.

'1-Page Marketing Plan' என்ற புகழ் பெற்ற புத்தகத்தை எழுதிய ஆலன் டிப் என்பவர் இதை அடுத்த நிலைக்குக் கொண்டுசெல்கிறார், 'ஒரு வரிப் பாராட்டுகள் போதாது, உண்மையில் எது சரியாக

வந்திருக்கிறது என்று அவர்களைத் தோண்டித் துருவுங்கள்' என்கிறார்.

அதாவது, 'கவிதை சூப்பர்' என்று சொன்னால் மகிழ்ச்சி. ஆனால், அந்தக் கவிதையில் எது சூப்பர்? சொற்களா? அவை கோக்கப்பட்ட விதமா? அவற்றின்மூலம் வெளிப்படுத்தப்பட்டுள்ள கருத்தா? அது உண்டாக்கும் நினைவுகளா?... இப்படி எந்தக் காரணத்தால் அந்தக் கவிதை அந்த வாசகருடைய நெஞ்சைத் தொட்டது என்று கேட்கச்சொல்கிறார் ஆலன் டிப். இதற்கு அந்த வாசகர் சொல்லும் பதிலைக் கொண்டு நாம் நம்முடைய கவிதையின் சிறப்பம்சங்களை நன்கு புரிந்துகொள்ளலாம், பின்னர் நாம் எழுதும் கவிதைகளில் அவற்றை நன்கு பயன்படுத்தலாம்.

பாராட்டு வந்தால் சேமித்துவைக்கலாம். திட்டு வந்தால்? எதிர்ப்பு வந்தால்? 'நீ வேஸ்ட்' என்று கருத்து வந்தால்?

இதுபோன்ற எதிர்மறைக் கருத்துகளையும்கூட நாம் நம்முடைய முன்னேற்றத்துக்குப் பயன்படுத்தலாம். அடுத்து வருகிற சிவப்பு மிட்டாயைப் பாருங்கள்!

பச்சை மிட்டாய் 3: நமக்கு வருகிற பாராட்டுகளை ஒரு Praise Folderல் சேமித்துவைப்போம். அதை அவ்வப்போது புரட்டிப்பார்த்து ஊக்கம் பெறுவோம். நாம் மிகத் திறமையானவர்கள் என்று உணர்வோம்.

★★★

அமெரிக்காவில் ஒரு பள்ளிக்கூடம். அங்கு மைக்கேல் ஜோர்டன் என்ற ஒருவர் படித்துக்கொண்டிருந்தார்.

ஆம், உலகப் புகழ் பெற்ற கூடைப்பந்தாட்ட வீரர், பல விருதுகள், பதக்கங்களுக்குச் சொந்தக்காரர், பெரும் பணக்காரர், லட்சக்கணக்கான ரசிகர்கள் கொண்டாடும் ஆளுமையான அதே மைக்கேல் ஜோர்டன்தான். ஆனால், அப்போது அவர் இளைஞர், சுறுசுறுப்பாக விளையாடித் தன்னுடைய பள்ளியின் கூடைப்பந்தாட்ட அணியில் இடம் பிடிக்க முயன்றுகொண்டிருந்தார்.

மைக்கேல் ஜோர்டன்போல் திறமையுள்ள ஒருவருக்குப் பள்ளி அணியில் இடம் கிடைப்பது ஒரு பெரிய விஷயமா என்று

நீங்கள் நினைக்கலாம். ஆனால், உண்மை கசப்பானது: அந்தப் பள்ளி மைக்கேலை நிராகரித்துவிட்டது.

பதினைந்து பேர் கொண்ட அந்த அணிப் பட்டியலை மைக்கேல் நம்பமுடியாமல் பார்த்தார். தான் தேர்ந்தெடுக்கப்படவில்லை என்கிற ஏமாற்றம் ஒருபக்கம், தன்னைவிடக் குறைந்த திறமை கொண்ட இன்னொருவர் தேர்ந்தெடுக்கப்பட்டுவிட்டார் என்கிற வருத்தம் இன்னொருபக்கம், இரண்டும் சேர்ந்து அவரைத் துன்புறுத்தின.

அடுத்த பல நாட்களுக்கு, அந்தப் பட்டியல் அதே இடத்தில்தான் ஒட்டப்பட்டிருந்தது. மைக்கேலும் அதைத் தொடர்ந்து பார்த்துக்கொண்டிருந்தார். ஒவ்வொருமுறையும் அவருடைய எரிச்சல் பெருகியது.

அந்த இடத்தில் இன்னொருவராக இருந்தால் கசப்புடன் விலகிச் சென்றிருப்பார்கள். ஏனெனில், 'இந்த அணியில் தேர்வாகும் அளவுக்கு நீ தகுதியுடையவன் இல்லை' என்று பெரிய நிலையில் இருக்கும் ஒருவர் அறிவிக்கும்போது, அது நம் திறமையின்மீதான நேரடி விமர்சனமாகிவிடுகிறது, அது நம்முடைய ஊக்கத்தை உடைத்துப்போட்டு மூலையில் உட்காரவைத்துவிடுகிறது, 'சரி போதும், விலகிக்கொள்வோம்' என்று நினைக்கவைத்துவிடுகிறது.

ஆனால், மைக்கேல் அப்படியெல்லாம் நினைக்கவில்லை. கூடைப்பந்தாட்டத்தில் பெரிய ஆளாக வரவேண்டும் என்கிற தன்னுடைய இலக்கிலிருந்து அவர் சிறிதும் விலகவில்லை. சொல்லப்போனால், அதற்கென முன்பைவிடக் கடினமாக உழைத்துப் பயிற்சி எடுக்கத் தொடங்கினார், இன்னும் சிறப்பாக விளையாடத் தொடங்கினார்.

சில நாள்கள், அவருடைய உடல் தொடர்ந்த பயிற்சியைத் தாங்காமல் நொந்துபோகும், ஓய்வு கேட்டுக் கெஞ்சும். அப்போதெல்லாம் மைக்கேல் அந்தப் பதினைந்து பேர் அணிப் பட்டியலை நினைத்துக்கொள்வார், அதில் தன்னுடைய பெயர் இடம்பெறாத துன்பத்தை எண்ணிப்பார்ப்பார், மறுகணம், பழைய வேகத்துடன் பயிற்சியெடுக்கக் கிளம்பிவிடுவார். அந்தக் கடின உழைப்பும் விடாமுயற்சியும்தான் அவரை மிகப் பெரிய உயரங்களுக்குக் கொண்டுசென்றது.

ஆக, மைக்கேல் ஜோர்டன் Praise Folderக்குப் பதில் Rejection Folderஐ ஊக்கம் தரும் கருவியாகப் பயன்படுத்தியிருக்கிறார்.

அவர் விஷயத்தில் அந்த நிராகரிப்பு நியாயமற்றது. ஆனால், சில நேரங்களில் நியாயமான நிராகரிப்புகள், எதிர்மறைக் கருத்துகள், விமர்சனங்களும் நம்மை நோக்கி வரலாம். அவற்றைக் கண்டு மனம் துவளாமல் அவற்றிலிருந்து பாடம் கற்றுக்கொண்டு முன்னேறும் மனநிலையை வளர்த்துக்கொள்வது நல்லது.

சிவப்பு மிட்டாய் 3: நிராகரிப்புகளை நிரந்தரமானவையாக எண்ணிவிடவேணாம். அவற்றை ஆராய்ந்து, சரியான விமர்சனங்களைத் திருத்திக்கொண்டு, பிழையான விமர்சனங்களை ஓரந்தள்ளிவிட்டுத் தொடர்ந்து உழைப்போம்.

★★★

அத்தியாயம் – 4

ஒரு நகரத்தில் ஏராளமானோர் வசிக்கிறார்கள். அவர்களைத் தொலைபேசியில் அழைத்துச் செய்தித்தாள் விற்கும் பொறுப்பு உங்களிடம் ஒப்படைக்கப்பட்டிருக்கிறது.

அதன்படி, நீங்கள் நாள்தோறும் பலரைத் தொலைபேசியில் அழைக்கிறீர்கள், உங்கள் நிறுவனத்தைப்பற்றி விளக்குகிறீர்கள், 'நாங்கள் ஒவ்வொரு நாளும் அதிகாலை ஐந்து மணிக்குள் உங்கள் வீட்டுக்கே செய்தித்தாளைக் கொண்டுவந்து சேர்ப்போம்' என்று உறுதியளிக்கிறீர்கள், 'உங்களுக்கு எங்களுடைய சேவை வேண்டுமா?' என்று கேட்கிறீர்கள். சிலர் 'வேண்டும்' என்கிறார்கள், வேறு சிலர் 'வேண்டாம், நான் ஏற்கெனவே இன்னொருவரிடம் செய்தித்தாள் வாங்கிக்கொண்டிருக்கிறேன்' என்கிறார்கள், இன்னும் சிலர், 'என்னை ஏன் தொந்தரவு செய்கிறீர்கள்?' என்று முகத்தில் அடித்தாற்போல் கேட்கிறார்கள்.

இப்படி நாள்முழுக்கப் பலரிடம் பேசியபிறகு கணக்குப் பார்த்தால், நூறு பேரில் ஐந்து பேர்கூடச் செய்தித்தாள் வாங்கவில்லை என்று புரிகிறது. அதாவது, உங்களுடைய உழைப்பில் 95% வீண், மீதி 5%தான் பலன் கொடுக்கிறது.

ஆனால், அந்த ஐந்து பேரைமட்டும் நீங்கள் தொலைபேசியில் அழைத்துப் பேச இயலாது. ஏனெனில், அந்த ஐந்து பேர் யார் என்று உங்களுக்குத் தெரியாது, யாருக்கும் தெரியாது. அதனால்,

சும்மா இருட்டில் கல் எறிவதுபோல் பலரை அழைக்கிறீர்கள், சிலரிடம் மட்டும் செய்தித்தாள் விற்கிறீர்கள், சோர்வுடன் வீடு திரும்புகிறீர்கள்.

அடுத்த வாரம், உங்கள் அலுவலகத்தில் இளைஞன் ஒருவன் புதிதாகச் சேர்கிறான். அவனுக்கு வயது பதினாறுதான். அவனுக்கும் இதே வேலைதான் கொடுக்கப்படுகிறது. அவனும் இதேபோல் ஒவ்வொருவராக அழைத்துப் பேசத் தொடங்குகிறான். நாளின் முடிவில் உங்களைப்போல் அவனும் சோர்வாகத்தான் வீடு திரும்புகிறான்.

ஆனால், இந்தக் கதையெல்லாம் சில வாரங்களுக்குதான். திடீரென்று அந்த இளைஞன் மிகவும் மகிழ்ச்சியாக இருக்கிறான். ஒரு நாளைக்கு மற்றவர்களெல்லாம் ஐந்து பேரிடம் செய்தித்தாள் விற்றால், இவன் ஐம்பது பேரிடம் விற்கிறான். மேலாளர்கள் அவனைப் பாராட்டித் தள்ளுகிறார்கள்.

எனவே, நீங்கள் அவனைச் சந்தித்துப் பேசுகிறீர்கள், 'தம்பி, நீ என்ன மாயம் செய்தாய்? எப்படி உனக்கு இத்தனை பெரிய வெற்றி கிடைக்கிறது?' என்று கேட்கிறீர்கள்.

அவன் சொல்கிறான், 'நான் உங்களைப்போல் இருட்டில் கல் எறிவதில்லை. Dataஐ, அதாவது, தரவுகளைப் பயன்படுத்துகிறேன்.'

உங்களுக்குப் புரியவில்லை, 'தம்பி, கொஞ்சம் விளக்கமாகச் சொல்' என்று கேட்டுக்கொள்கிறீர்கள்.

'ஐயா, நீங்களெல்லாம் எல்லாரையும் தொலைபேசியில் அழைத்துப் பேசுகிறீர்கள். அவர்களுக்குச் செய்தித்தாள் தேவையா, இல்லையா என்றுகூட உங்களுக்குத் தெரியாது. அதனால், நீங்கள் ஜெயிப்பதும் தோற்பதும் உங்கள் கையில் இல்லை. குத்துமதிப்பாகத்தான் முயற்சி செய்கிறீர்கள். அதனால் சுமாரான வெற்றி கிடைக்கிறது' என்கிறான் அவன். 'நானும் முதலில் உங்களைப்போல்தான் இருந்தேன். பிறகு, Dataன் முக்கியத்துவத்தைப் புரிந்துகொண்டேன். அதாவது, செய்தித்தாளை யார் புதிதாக வாங்குவார்கள், யாருக்கு அதற்கான புதிய தேவை இருக்கிறது என்று நான் ஆராய்ச்சி செய்தேன். வீடு மாறியவர்கள், புதிதாகத் திருமணமானவர்களுக்குதான் நம் செய்தித்தாள் சேவை தேவைப்படும் என்று புரிந்தது. அதனால், அப்படிப்பட்ட வாடிக்கையாளர்களுடைய தொலைபேசி

எண்களை மட்டும் கண்டுபிடித்தேன், அவர்களைமட்டும் அழைத்துப் பேசத் தொடங்கினேன். இதனால், நான் வெற்றி பெறும் வாய்ப்பு மிகுதியானது. என் உழைப்புக்கு ஏற்ற பலன் கிடைக்கிறது.'

தரவுகளைப் பயன்படுத்தி நம்முடைய பணியை எப்படிச் சிறப்பாக்கிக்கொள்வது என்று பேசும் இந்த இளைஞர் கற்பனை மனிதர் இல்லை. புகழ் பெற்ற *Dell* நிறுவனத்தைத் தொடங்கியவரும் மிகச் சிறந்த தொழில் தலைவர்களில் ஒருவருமான மைக்கேல் டெல்தான் அவர். சிறுவயதில் அவர் பயன்படுத்திய இந்த உத்தி செய்தித்தாள் விற்பதற்குமட்டுமில்லை, எந்தத் துறையிலும் எந்தப் பணிக்கும் பயன்படும். எப்போதும் சரியான ஆராய்ச்சி, தரவுகள், புள்ளிவிவரங்களின் அடிப்படையில் சிந்தித்துச் செயல்படுவதன்மூலம் துல்லியமான, தெளிவான, இன்னும் உறுதியான பலன்களைப் பெறலாம், தோல்வி வாய்ப்புகளைக் குறைக்கலாம், நாளுக்கு நாள் செயல்திறனை மேம்படுத்தலாம்.

உங்கள் பணி என்னவானாலும் சரி, அதை மேம்படுத்தக்கூடிய தரவுகள் எவை என்று சிந்தியுங்கள். பின்னர், அந்தத் தரவுகளை எப்படிப் பெறுவது, எப்படிப் பயன்படுத்துவது என்று திட்டமிடுங்கள். இதற்கு நீங்கள் செய்கிற நேர முதலீடு பல மடங்கு பலன்களாகத் திரும்பக் கிடைக்கும்.

பச்சை மிட்டாய் 4: நம் வேலைகளைச் சிறப்பாக்கத் தரவுகளைப் பயன்படுத்திக்கொள்வோம்.

★★★

இந்தியப் பசுமைப் புரட்சியின் தந்தை என்று புகழப்படுபவர் டாக்டர் எம். எஸ். சுவாமிநாதன், நிறைய விளைச்சலைத் தரக்கூடிய கோதுமை, அரிசி வகைகளை உருவாக்கி நம் நாடு உணவு உற்பத்தியில் தன்னிறைவு பெற உதவியவர்.

ஆனால், அவருடைய அணுகுமுறையை எல்லாரும் ஏற்றுக்கொண்டுவிடவில்லை. சிலர் அவரைக் கடுமையாக விமர்சித்தார்கள். அந்தச் செய்திகள் பல ஊடகங்களில் வெளியாகின.

அப்போது, எம்.எஸ்.சுவாமிநாதனின் மகள் சௌம்யா பள்ளியில் படித்துக்கொண்டிருந்தார். அவருடைய வகுப்புத் தோழர்கள் சிலர்

இந்தச் செய்திகளைப் படித்தார்கள், அதைப்பற்றி செளம்யாவிடம் விசாரித்தார்கள், 'உங்க அப்பாவைப்பத்தி இவங்க என்னென்னவோ தப்புத் தப்பா எழுதியிருக்காங்களே, இதெல்லாம் உண்மையா?'

எந்தக் குழந்தைக்கும் தன்னுடைய பெற்றோர் பெரிய கதாநாயகன், கதாநாயகிதான். அந்தச் சிறுவயதில் இதுபோன்ற கேள்விகள் செளம்யாவை மிகவும் வருந்தச்செய்தன. தன்னுடைய தந்தையிடம் சென்று, 'உங்களைப்பத்தி இந்தமாதிரி கண்டபடி பேசறாங்களே, அவங்கமேல உங்களுக்கு வெறுப்பு வரலையா?' என்று கேட்டார்.

'இல்லவே இல்லை' என்றார் எம். எஸ். சுவாமிநாதன். நம்முடைய கருத்தை ஏற்றுக்கொள்ளாதவர்கள், அதிலிருந்து மாறுபட்ட இன்னொரு கருத்தைக் கொண்டிருக்கிறவர்கள் போன்றோர்மீது சினம் கொள்வதால் யாருக்கும் எந்தப் பயனும் இல்லை என்று அவர் தன்னுடைய மகளுக்கு விளக்கினார். அதற்குப்பதிலாக, நாம் மற்றவர்களுடைய பார்வையைப் புரிந்துகொள்ள முனையவேண்டும், அதிலிருந்து நாம் எதை எடுத்துக்கொள்ளலாம் என்று சிந்திக்கவேண்டும் என்று அவர் கற்றுக்கொடுத்தார்.

இப்போது உலக சுகாதார அமைப்பின் தலைமை அறிவியலாளராகப் பணியாற்றும் டாக்டர் செளம்யா, அந்தப் பாடம் தனக்கு இன்றுவரை நினைவிருப்பதாகச் சொல்கிறார். 'யாராவது என் கருத்தை மறுக்கும்போது முதலில் சற்று மன வருத்தம் வரலாம். ஆனால், அதைப்பற்றித் தொடர்ந்து சிந்திக்கும்போது, நான் அடுத்தவர்களுடைய கோணத்தைப் புரிந்துகொள்கிறேன். அப்போதுதான் நல்ல தீர்வுகள் கிடைக்கத் தொடங்குகின்றன.'

சிவப்பு மிட்டாய் 4: நம் கருத்துக்கு மாற்றுக் கருத்து கொண்டவர்களை வெறுக்கவேண்டாம். அவர்களுடைய கோணத்தையும் புரிந்துகொள்ள முயல்வோம், அதில் இருக்கக்கூடிய நல்ல கருத்துகளை எடுத்துக்கொள்வோம்.

★★★

அத்தியாயம் – 5

என்னுடைய நண்பர் ஒருவருக்குப் பல்லில் சில பிரச்சனைகள் உள்ளன. அதனால், அவருடைய பல் மருத்துவர் அவருக்கு ஒரு குறிப்பிட்ட பற்பசையைப் (டூத் பேஸ்ட்) பரிந்துரைத்திருக்கிறார்.

நாம் மளிகைக்கடைகளில் வாங்கும் வழக்கமான பற்பசைக்கும் இந்தச் சிறப்புப் பற்பசைக்கும் முதன்மையான வேறுபாடு, இதில் சில மருந்துகள் கலக்கப்பட்டுள்ளன. அதனால், இதைப் பயன்படுத்தி நாள்தோறும் பல் தேய்க்கும்போது என்னுடைய நண்பரின் பற்கள், ஈறுகள் வலிமையாகின்றன, அவருடைய நோய் தீர்கிறது.

ஒரே பிரச்சனை, இந்தப் பற்பசை எல்லா இடங்களிலும் கிடைப்பதில்லை. சில குறிப்பிட்ட இணையதளங்களில் ஆர்டர் போட்டுதான் இதை வாங்கவேண்டும்.

அதனால், என் நண்பர் ஒரே நேரத்தில் நான்கைந்து பெட்டி பற்பசைகளை மொத்தமாக வாங்கி அலமாரியில் அடுக்கி வைத்துவிடுவார், ஒவ்வொன்றாக எடுத்துப் பயன்படுத்துவார். அவை எல்லாம் தீர்ந்தபிறகு இன்னும் நான்கைந்து பெட்டிகளை வாங்குவார்.

ஆனால், வாங்கிவைத்த பெட்டிகள் தீரப்போகின்றன என்று அவருக்கு எப்படித் தெரியும்? திடீரென்று ஒருநாள் கடைசிப்

பற்பசை தீர்ந்துவிட்டால்? அன்று தேய்ப்பதற்கு மருந்து ஊற்றிய பற்பசை இல்லாவிட்டால்?

என் நண்பர் இந்தப் பிரச்சனையையும் சந்தித்திருக்கிறார். அதைத் தீர்ப்பதற்கு ஓர் அட்டகாசமான வழியையும் கண்டுபிடித்திருக்கிறார்.

அதாவது, அவர் மொத்தமாக வாங்கிவைக்கிற பற்பசைகளில் கடைசிப் பற்பசையை வெளியில் எடுக்கும்போது, அதன் மூடியில் கத்தரிக்கோல் வைத்து ஒரு சிறிய முக்கோணத்தை வெட்டிவிடுவார். அதன்பிறகு, அவர் நாள்தோறும் பல் தேய்க்கப் பற்பசையை எடுத்துத் திறக்கும்போதெல்லாம், அந்த முக்கோணம் அவருடைய கையில் படும், 'இதுதான் கடைசிப் பற்பசை. இன்னும் சில நாட்களில் இது தீர்ந்துவிடும். நீ எப்போது அடுத்த பற்பசையை வாங்கப்போகிறாய்?' என்று நினைவுபடுத்தும்.

குறிப்பாக, அந்தப் பற்பசை பயன்படுத்தப்பட்டு மெலிதாக ஆக ஆக, அந்த முக்கோணம் இன்னும் உரத்த குரலில் பேசும். என்னுடைய நண்பர் சட்டென்று இணையத்துக்குச் சென்று மேலும் நான்கைந்து பற்பசைகளை வாங்கிவிடுவார்.

என் நண்பர் வெட்டுகிற அந்த முக்கோணத்தின் அளவு மிகச் சிறியதுதான். ஆனால், அது அவருக்கு ஒரு மிகப் பெரிய நன்மையைச் செய்கிறது. அவர் ஒருபோதும் மருந்துப் பற்பசை தீர்ந்து தடுமாறாதபடி பார்த்துக்கொள்கிறது. இந்த உத்தியை என்னுடைய நண்பருக்கு யாரும் சொல்லித்தரவில்லை. தனக்கு வந்த எதார்த்தமான ஒரு பிரச்சனையைப்பற்றித் தீவிரமாகச் சிந்தித்திருக்கிறார், தன்னுடைய வாழ்க்கைமுறையை அடிப்படையாகக் கொண்டு அதற்கு ஒரு தீர்வு கண்டுபிடித்திருக்கிறார்.

இப்போது, நீங்கள் இந்த உத்தியைப்பற்றிப் படித்துவிட்டீர்கள். உங்களுக்கு இது பயன்படுமா என்றால், பயன்படலாம், பயன்படாமலும் போகலாம். ஏனெனில், ஒவ்வொரு மனிதரும் வெவ்வேறு மாதிரியானவர்கள். ஒருவருக்கு வேலை செய்கிற உத்தி இன்னொருவருக்கும் வேலை செய்யும் என்று எந்தக் கட்டாயமும் இல்லை.

ஆனால், நம் அனைவருக்கும் பிரச்சனைகள் உண்டு, நம் அனைவராலும் அவற்றைத் தீர்க்கமுடியும், அதற்கு ஏற்ற தனித்துவமான உத்திகளை உண்டாக்கமுடியும். அவை நமக்குப்

பிரமாதமாக வேலை செய்யும். ஏனெனில், அவை நமக்காக நாமே வடிவமைத்துச் சுட்ட தோசைகள்!

பச்சை மிட்டாய் 5: நம்முடைய பிரச்சனைகளைப் பொதுவாகப் பார்க்காமல் நம்முடைய வாழ்க்கைமுறைப் பின்னணியில் கூர்ந்து கவனிப்போம், நமக்கேற்ற தீர்வுகளை உருவாக்குவோம்.

★★★

இணையத்தில் ஏகப்பட்ட குழுக்கள் இருக்கின்றன. இவை ஒவ்வொன்றும் வெவ்வேறுவிதமான நோக்கங்களுடன் உருவாக்கப்பட்டவை. அந்த நோக்கத்துடன் பொருந்துகிற மக்கள் அவற்றில் உறுப்பினர்களாக இருக்கிறார்கள்.

எடுத்துக்காட்டாக, நகைச்சுவைக் காமிக்ஸ்களுக்கென்று ஒரு குழு, பங்குச் சந்தை முதலீட்டுக்கென்று ஒரு குழு, அதிலும் குறிப்பாக நீண்ட கால முதலீட்டுக்கென்று ஒரு குழு, வேலைவாய்ப்புகளைத் தேட ஒரு குழு, ஒரு நகரத்தில் வாடகைக்கு வீடு தேடுவோருக்கு ஒரு குழு... இப்படி ஆயிரக்கணக்கில், லட்சக்கணக்கில் குழுக்கள் உள்ளன. நம்முடைய தேவைக்கேற்ற குழுக்களை நாம் தேர்ந்தெடுத்து இணைந்துகொள்ளலாம், நம்முடைய ஐயங்களைச் சொல்லி வல்லுனர்களிடம் பதில் பெறலாம், அல்லது, நாமே வல்லுனராக இருந்தால் பிறருடைய ஐயங்களுக்குப் பதில் சொல்லி உதவலாம்.

இப்படி ஒரு குழுவில் நான் சேர்கிறேன். என்னுடைய ஐயம் ஒன்றைக் கேட்கிறேன். அந்தக் குழுவில் இரண்டு வல்லுனர்கள் உள்ளார்கள். அவர்கள் என்னுடைய கேள்வியைப் படித்துவிட்டு இப்படி நினைக்கிறார்கள்:

வல்லுனர் 1: அட, இது ரொம்ப அடிப்படை விஷயமாச்சே. இவர் நம்ம துறைக்குப் புதியவர்போல. கொஞ்சம் விளக்கமாப் பதில் சொல்லி உதவுவோம்!

வல்லுனர் 2: அட, இது ரொம்ப அடிப்படை விஷயமாச்சே. இவர் சரியான முட்டாள்போல. 'இதுகூடத் தெரியாம இந்த க்ரூப்ல சேர்ந்திருக்கீங்களே, உங்களுக்கு வெக்கமா இல்லையா?'ன்னு நல்லாக் கலாய்ச்சுவிடுவோம்!

இந்த இரு வல்லுனர்களுடைய அணுகுமுறைக்கும் உள்ள வேறுபாடு நமக்குத் தெளிவாகப் புரிகிறது. முதல் நபர் பதில் தெரியாதவரைப்

பரிவோடு அணுகி உதவ எண்ணுகிறார். இரண்டாம் நபர் பதில் தெரியாதவரைத் தன்னைவிடக் கீழானவராக எண்ணிக் கேலி செய்கிறார்.

இப்படி நாலு பேர் என்னைக் கேலி செய்தால் நான் என்ன செய்வேன்? அந்தக் குழுவை விட்டு விலகி ஓடிவிடுவேன். சொல்லப்போனால், அதன்பிறகு நான் இன்னொரு குழுவில் சேர்வேனா என்பதுகூட உறுதியில்லை. சிறுவயதில் இதுபோன்ற கேலிகளால் பாதிக்கப்பட்டு வாழ்நாள்முழுக்க யாரிடமும் எந்தக் கேள்வியும் கேட்காமல் இருந்துவிடுகிறவர்கள்கூட உண்டு.

எந்தத் துறையிலும் யாரும் நேரடியாக வல்லுனர் ஆவதில்லை. இன்றைக்கு வல்லுனராக இருக்கிற ஒருவரும் என்றைக்கோ இதுபோல் புதியவராக, கத்துக்குட்டியாக இருந்துதான் படிப்படியாக வளர்ந்திருப்பார். அதையெல்லாம் இப்போது மறந்துவிட்டுப் புதியவர்களைக் கேலி செய்வது சரியா?

சொல்லப்போனால், அந்த வல்லுனர் இந்த ஒரு துறையில்தான் சிறந்து விளங்குகிறார். மிஞ்சிப்போனால் இன்னும் ஓரிரு துறைகளில் அவர் வல்லுனராக இருக்கக்கூடும். மற்ற துறைகளில் அவரும் ஒரு கத்துக்குட்டிதான். இந்த மனநிலையோடு உலகைப் பார்க்கத் தொடங்கினால், புதியவர்களைக் கேலி செய்யமாட்டோம், அடிப்படையான கேள்விகளை வரவேற்போம், பொறுமையாக பதில் சொல் உதவுவோம். எல்லாரும் கேள்வி கேட்கத் தொடங்கினால் அந்தச் சமூகம் பெரிய அளவில் வளரும், முன்னேறும்.

சிவப்பு மிட்டாய் 5: நாம் வல்லுனராக இருக்கிற துறையில் புதிதாக நுழைபவர்களுடைய கேள்விகளைக் கேலி செய்யவேண்டாம். அவர்களுக்கு உதவுவோம், கேள்வி கேட்டுப் பதில் பெற்றுக் கற்றுக்கொள்ளும் பழக்கத்தை ஊக்குவிப்போம்.

★★★

அத்தியாயம் – 6

சுரேஷுக்குச் சொந்த ஊரில் நிலம் வாங்கவேண்டும் என்று ஆசை. ஆனால், ஐந்து ஆண்டுகளாக ஆசைப்பட்டுக்கொண்டுதான் இருக்கிறார். இன்னும் நிலம் வாங்கவில்லை.

என்ன பிரச்சனை?

அவரிடம் பணம் இருக்கிறது, நிலம் வாங்கும் விருப்பமும் இருக்கிறது, ஆனால், அது ஒரு மிகப் பெரிய வேலை. பல்வேறு நிலங்களைச் சென்று பார்த்துச் சிறந்ததைத் தேர்ந்தெடுப்பது, அந்த நிலத்தின் பத்திரங்களெல்லாம் ஒழுங்காக, பிரச்சனைகள் ஏதுமின்றி உள்ளனவா என்று பார்ப்பது, பேரம் பேசி விலையைத் தீர்மானிப்பது, பதிவாளர் அலுவலகத்துக்குச் சென்று கையெழுத்திடுவது என்று ஏகப்பட்ட படிநிலைகளைத் தாண்டினால்தான் அதில் முழு வெற்றி கிடைக்கும்.

அதனால், சுரேஷ் பல ஆண்டுகளாக நிலம் வாங்கும் பணியைத் தொடங்கக்கூட இல்லை, 'என்னிக்காவது வாங்குவேன்' என்று ஆசையோடு சொல்வதுடன் சரி.

சுரேஷுக்கு நிலத்தைப்போல் நம் எல்லாருக்கும் ஓரிரு பெரிய பணிகள் தொடங்கப்படாமல் இருக்கும். சில நேரங்களில் நடுத்தர அளவுப் பணிகளைக்கூட நாம் ஒத்திப்போடுவதுண்டு. இத்தனைக்கும் அந்தப் பணிகளைச் செய்வது முக்கியம் என்று நமக்குத் தெரிகிறது, அவற்றைச் செய்தால் என்ன நன்மை என்றும் புரிகிறது... ஆனாலும், நாம் அவற்றைத் தொடங்குவதில்லை. ஏன்?

பொதுவாக நாம் எல்லாரும் இப்போது இருக்கும் நிலையைத் தொடரத்தான் விரும்புகிறோம். ஆங்கிலத்தில் இதை *Status Quo* என்பார்கள். அங்கு இருப்பது மிகவும் வசதி. அங்கிருந்து நகர்வதற்குக் குறைந்த, நடுத்தர அல்லது மிகுந்த உழைப்பு தேவைப்படும். அதைச் செலவிடுவதற்கு நாம் தயங்குகிறோம்.

*Status Quo*க்கு எளிய எடுத்துக்காட்டு, சோஃபாவில் சாய்ந்து ஓய்வெடுத்துக்கொண்டிருக்கும் ஒருவருக்கு வியர்க்கிறது. ஆனால், சற்று எழுந்து நடந்து மின்விசிறியைத் தட்டிவிடுவதற்கு அவர் தயங்குகிறார், வெக்கையுடன் படுத்திருக்கிறார். பல முக்கியமான, ஆனால், உழைப்பைக் கோருகிற வேலைகளிலும் இதே மனநிலைதான் முளைக்கிறது, நம் முன்னேற்றத்துக்கு எதிரியாக இருக்கிறது.

இதற்கு இன்னொரு காரணம், அந்தப் பெரிய வேலையை நம்மால் நன்கு செய்ய இயலுமா, ஏதாவது சொதப்பிவிடுவோமா என்கிற அச்சம். வேலையைத் தொடங்காதபோது அது நன்றாக நடக்குமா, சொதப்புமா என்று எப்படித் தெரியும்? கடலில் இறங்கினால்தானே ஆழம் தெரியும்?

Instagram என்ற புகழ் பெற்ற இணையதளம், செயலியை உருவாக்கிய நிறுவனர்களில் ஒருவரான கெவின் சிஸ்ட்ரோம் இந்தப் பிரச்சனைக்கு ஓர் எளிய தீர்வைச் சொல்கிறார்: கடினமான வேலை ஒன்றைத் தொடங்குவதற்கு உங்களுக்குத் தயக்கம் வந்தால், அந்த வேலையை ஐந்து நிமிடம்மட்டும் செய்வேன் என்று உங்களுக்கு நீங்களே ஒப்பந்தம் போட்டுக்கொள்ளுங்கள். அதன்பிறகு, அதைத் தொடங்குங்கள்.

ஐந்து நிமிடமா? என்ன காமெடி செய்யறீங்களா சார்? அத்தனை பெரிய வேலை ஐந்து நிமிடத்தில் எப்படி முடியும்?

முடியாதுதான். ஆனாலும் பரவாயில்லை, தொடங்குங்கள் என்கிறார் கெவின். 'வெறும் ஐந்து நிமிடம்தானே? பிறகு ஏன் தயக்கம்?' என்று ஊக்கப்படுத்துகிறார்.

இந்த ஐந்து நிமிடத்தில் என்னென்ன நடக்கலாம்?

ஒன்று, அந்த வேலை சுறுசுறுப்பாக முன்னேறுவதைக் கண்டு நீங்கள் ஊக்கம் பெறலாம், 'அட, இது இவ்ளோதானா?' என்று ஊக்கம் பெறலாம், ஐந்து நிமிடத்தில் நிறுத்தாமல் தொடர்ந்து

வேலை செய்து மொத்தத்தையும் முடித்துவிடலாம்.

பல நேரங்களில் நாம் திகைப்புடன் அண்ணாந்து பார்க்கிற வேலைகள் உண்மையில் சிறியவையாகக்கூட இருக்கலாம். அந்த உண்மை தொடங்கிய பிறகுதான் நமக்குத் தெரியும்.

ஒருவேளை, அப்படி ஊக்கம் வராவிட்டால்? வேலை முடியாவிட்டால்?

பரவாயில்லை. சொன்னபடி, ஐந்து நிமிடத்தில் வேலையை நிறுத்திவிடுங்கள். இப்போது இலக்குக்கும் உங்களுக்கும் நடுவில் உள்ள தொலைவு ஐந்து நிமிடங்கள் குறைந்திருக்கிறது, நீங்கள் சற்று முன்னேறியிருக்கிறீர்கள், அது பெரிய விஷயமில்லையா! அடுத்தமுறை மேலும் ஐந்து நிமிடம் முதலீடு செய்து முயன்றுபாருங்கள், அடி மேல் அடி வைத்தால் அம்மியும் நகரும்.

பச்சை மிட்டாய் 6: கடினமான வேலைகளைத் துணிந்து தொடங்குவோம், ஐந்து நிமிடங்கள்மட்டும் செய்வோம், அங்கிருந்து முன்னேறுவோம்.

★★★

புதிதாக ஒருவரைச் சந்திக்கிறீர்கள், அவர் என்ன வேலை செய்கிறார் என்று விசாரிக்கிறீர்கள். 'நான் ஒரு தொழிற்சாலையில வேலை பார்க்கறேன். என்னோட மேற்பார்வையாளர் என்னென்ன வேலை கொடுக்கறாரோ அதையெல்லாம் செய்வேன்' என்கிறார் அவர்.

சிறிது நேரத்துக்குப்பின் இன்னொருவரைச் சந்திக்கிறீர்கள், அவரிடமும் அதே கேள்வியைக் கேட்கிறீர்கள். 'நான் மிதிவண்டிகளுக்குச் சக்கரங்களைத் தயாரிக்கறேன். அதனால, எடை குறைவா, ஆனா, தரமா, பாதுகாப்பா இருக்கற சக்கரங்களை எப்படித் தயாரிக்கறதுன்னு தொடர்ந்து சிந்திச்சுக்கிட்டே இருப்பேன், அதுல ஏதாவது மாற்றங்களைச் செஞ்சு பார்த்துக்கிட்டே இருப்பேன்' என்கிறார்.

வியப்பான விஷயம், இவர்கள் இருவரும் ஒரே தொழிற் சாலையில்தான் வேலை செய்கிறார்கள். இருவருடைய வேலையும் ஒன்றுதான். ஆனால், அதை அவர்கள் சொல்லும் விதத்தில்தான் எத்தனை வேறுபாடு! முதல் நபர் சொன்னதைச் செய்கிறவராகவும், இரண்டாவது நபர் தன்னுடைய வேலையைப் புரிந்துகொண்டு

சிறப்பாகச் செயல்படுகிறவர், முன்னேறுகிறவராகவும் நம் கண்ணில் தெரிகிறார்கள்.

நாம் செய்யும் வேலைகளைப்பற்றிப் பேசும்போது, action verbs எனப்படும் 'செயல் சொற்களை' நாம் பயன்படுத்துகிறோம்: ஓடினேன், ஆடினேன், நடக்கிறேன், ஆராய்கிறேன், சிரிக்கிறேன்... இப்படி நாள்தோறும் நூற்றுக்கணக்கான சொற்களை நாம் சிறிதும் சிந்திக்காமல் பயன்படுத்திக்கொண்டிருக்கிறோம். இந்தச் சொற்கள் பிறர் மனத்தில் என்னமாதிரியான கருத்தை உண்டாக்கும் என்று நாம் எண்ணிப்பார்ப்பது கிடையாது.

ஆங்கிலத்தில் இந்தச் செயல் சொற்களை strong, weak என்று பிரிக்கிறார்கள். நாம் இவற்றுள் வலுவான சொற்களைக் கூடுதலாகப் பயன்படுத்தினால், கேட்போர் மனத்தில் நம்முடைய செயல்பாட்டைப்பற்றிய நேர்விதமான எண்ணத்தை உண்டாக்கலாம். அப்படியில்லாமல் வலுவற்ற சொற்களைக் கூடுதலாகப் பயன்படுத்தினால், நாம் செய்வது அப்படியொன்றும் பெரிய வேலை இல்லை என்ற எண்ணத்தைத்தான் உண்டாக்குவோம்.

எடுத்துக்காட்டாக, Work (பணியாற்றினேன்), Make (செய்தேன்), Show (காண்பித்தேன்) போன்றவை வலுவற்ற சொற்கள் என்றும், Lead (வழிநடத்தினேன்), Implement (செயல்படுத்தினேன்), Transformed (மாற்றத்தைக் கொண்டுவந்தேன்) போன்றவற்றை வலுவான செயல் சொற்கள் என்றும் சொல்கிறார்கள். இதுபோல் நூற்றுக்கணக்கான சொற்கள் ஆங்கிலத்தில் ஆராயப்பட்டுவருகின்றன, விவாதிக்கப்பட்டுவருகின்றன. தமிழில் இதுபோன்ற ஆய்வுகள் குறைவுதான் என்றாலும், நாம் ஆங்கிலத்திலிருந்து கற்றுக்கொள்ளலாம், வலுவற்ற செயல் சொற்களை நம் பேச்சிலிருந்தும் எழுத்திலிருந்தும் வடிகட்டி நீக்கலாம், அதன்மூலம், நம் பணியைப்பற்றிய சிறந்த தோற்றத்தை முன்வைக்கலாம்.

சிவப்பு மிட்டாய் 6: நம்முடைய செயல்பாடுகளைப்பற்றிப் பேசும்போது, வலுவற்ற செயல் சொற்களைப் பயன்படுத்த வேண்டாம், இயன்றவரை வலுவான செயல் சொற்களைப் பேசுவோம், எழுதுவோம்.

★★★

அத்தியாயம் – 7

புகழ் பெற்ற அறிவியலாளர் தாமஸ் ஆல்வா எடிசன் தன்னுடைய நிறுவனத்தில் யாரையாவது வேலைக்குச் சேர்க்கவேண்டுமென்றால் அவர்களுக்கு ஒரு சுவையான தேர்வு வைப்பாராம். அதன் பெயர் 'உப்புத் தேர்வு.'

இந்தத் தேர்வைப்பற்றி மேலும் தெரிந்துகொள்வதற்குமுன்னால், முக்கியமான ஒரு குறிப்பு. எடிசன் உண்மையில் இப்படி ஒரு பரிசோதனையை நடத்தினாரா என்பது உறுதியாகத் தெரியவில்லை. இணையத்தில் இதைப்பற்றிப் பலர் எழுதியுள்ளார்கள். எடிசனும் வேறு பல ஆளுமைகளும் இதைப் பின்பற்றியதாகச் சொல்கிறார்கள். ஆனால், இதை உறுதிப்படுத்தும் நேரடியான சான்று எதுவும் எனக்குக் கிடைக்கவில்லை. அதனால், இது உண்மையாகவும் இருக்கலாம், கற்பனையாகவும் இருக்கலாம்.

எனவே, பின்வரும் பத்திகளில் 'எடிசன்' என்ற இடத்தில் உங்களுக்கு விருப்பமான யார் பெயரை வேண்டுமானாலும் எழுதிக்கொள்ளுங்கள். இந்த நிகழ்ச்சி உண்மையா, பொய்யா என்பதைவிட, அதிலிருந்து கற்றுக்கொள்ளும் பாடம்தான் நமக்கு முக்கியம்.

ஆக, எடிசனுடைய நிறுவனத்தில் ஒருவர் வேலைக்குச் சேர விரும்புகிறார். அவருடைய திறமைகள், தகுதிகள் அனைத்தும் உறுதி செய்யப்பட்டுவிட்டன. நிறைவாக, அவருக்கு வேலை கொடுக்குமுன், எடிசன் அவரை ஓர் உணவகத்துக்கு அழைத்துச்செல்கிறார்,

இருவரும் எதிரெதிர் மேசைகளில் அமர்கிறார்கள்.

சிறிது நேரத்தில், சுடச்சுட சூப் வருகிறது. எடிசனுக்கு எதிரில் அமர்ந்திருக்கிறவர் கொஞ்சம் உப்பை எடுத்துத் தன்னுடைய சூப்பில் தூவுகிறார்.

அவ்வளவுதான். 'இந்த ஆள் நமக்குச் சரிப்படமாட்டார்' என்று எடிசன் தீர்மானித்துவிடுகிறார். இதன் பொருள், அந்த நபர் எப்பேர்ப்பட்ட திறமைசாலியாக இருந்தாலும், அவருக்கு அங்கு வேலை கிடைக்காது.

ஏன்? அவர் என்ன தவறு செய்தார்?

சூப் வந்ததும் சட்டென்று உப்பை எடுத்துத் தூவினாரல்லவா? அதுதான் தவறு. ஏனெனில், அந்த சூப்பில் ஏற்கெனவே உப்பு கலக்கப்பட்டிருக்கலாம். அது அவருக்குப் போதுமான அளவில், சரியான சுவையில் இருக்கலாம். அதையெல்லாம் சரிபார்க்காமல் சட்டென்று உப்பை எடுத்துத் தூவுவது பிழையில்லையா? ஒருவேளை, அதன்மூலம் சூப்பில் கூடுதல் உப்பு சேர்ந்துவிட்டால் உணவின் சுவை கெட்டுப்போய்விடுமில்லையா?

அதற்குப்பதிலாக, அவர் சூப்பைச் சற்று ருசி பார்த்திருக்கவேண்டும், அதில் எவ்வளவு உப்பு உள்ளது என்று உறுதிப்படுத்திக் கொண்டிருக்கவேண்டும். அதன்பிறகு, தேவைப்பட்டால் கூடுதல் உப்பைச் சேர்க்கலாம். இல்லாவிட்டால், அப்படியே தொடர்ந்து சாப்பிடலாம்.

அதெல்லாம் சரி, இதற்கும் வேலைக்கும் என்ன தொடர்பு? சூப்பில் உப்பைத் தூவிய குற்றத்தால் ஒருவருக்கு வேலை தர மறுப்பது சரியா?

எடிசனைப் பொறுத்தவரை, சூப்பை ருசி பார்க்காமல் உப்பைத் தூவுவது என்பது, ஒரு செயலை ஆராய்ந்துபார்க்காமல் 'இது இப்படித்தான்' என்று முன்முடிவுகளுடன் அணுகுவதைக் குறிக்கிறது. அப்படிப்பட்டவர்களால் எதையும் பெரிதாகச் சாதிக்க இயலாது.

எடுத்துக்காட்டாக, உங்களுக்குக் கீழே பணிபுரிகிற இளைஞர் ஒருவர் உங்களிடம் ஓர் அறிக்கையைக் கொடுக்கிறார். அனுபவமில்லாத ஒருவர் எழுதிய அறிக்கை மோசமாகத்தான் இருக்கும் என்ற

முன்முடிவுடன் நீங்கள் அதை அணுகினால், அந்த அறிக்கையில் உள்ள பிழைகள்மட்டும்தான் உங்களுக்குத் தெரியும், சூப்பை ருசி பார்க்காமல் உப்பைத் தூவுவதுபோல.

மாறாக, ஒரு ஸ்பூன் சூப்பைக் குடித்தால்... அதாவது, அந்த அறிக்கையை அரைப்பக்கம் படித்துப்பார்த்தால், உப்பு தேவையா, போதுமா என்பது நமக்குத் தெரியும். அதற்கேற்ப அடுத்த நடவடிக்கையை எடுக்கலாம். பல நேரங்களில் இந்தத் திறந்த மனம் நமக்கு வியப்பூட்டும் வெற்றிகளைக் கொண்டுவரும், நம்மைச் சுற்றியுள்ளவர்களுடைய உண்மையான திறமை நமக்குத் தெரியத் தொடங்கும்.

பச்சை மிட்டாய் 7: எதையும் திறந்த மனத்துடன் அணுகுவோம், சிறிதளவு முயன்றுபார்த்துவிட்டு அடுத்து என்ன செய்வது என்று தீர்மானிப்போம்.

★★★

திரைப்படங்களில் வரும் கவிஞர்கள், எழுத்தாளர்கள் தங்களுடைய படைப்புகளை உருவாக்கும் காட்சிகளைப் பார்த்திருக்கிறீர்களா?

இந்தக் கலைஞர்கள் எங்கோ பார்த்தபடி சிந்தித்துக் கொண்டிருப்பார்கள், திடீரென்று ஒரு விநாடியில் அவர்கள் முகம் மலரும், பேனாவையோ தட்டச்சு இயந்திரத்தையோ கணினியையோ திறந்து கடகடவென்று எழுதத்தொடங்குவார்கள், கவிதையோ கட்டுரையோ கதையோ நாவலோ நாடகமோ மளமளவென்று கொட்டும்.

ஆனால், உண்மை இதற்கு முற்றிலும் எதிரானது. அபூர்வமாகச் சில நேரங்களில் கலைஞர்கள் இப்படிக் கடகடவென்று படைப்புகளைப் பொழிவது உண்டுதான். ஆனால், பெரும்பாலான நேரங்களில் அவர்கள் எதையாவது எழுதுவார்கள். அது மிகச் சுமாராக இருக்கும். அதைத் திருத்தி ஒழுங்குபடுத்துவார்கள். இப்போதும் அது சுமாராகத்தான் இருக்கும். மறுபடி திருத்துவார்கள். இப்படிப் பலமுறை பலவிதமாக எழுதிப்பார்த்தபிறகுதான் அவர்களுக்கு ஒரு நல்ல படைப்பு கிடைக்கும்.

எழுத்தாளர்கள்மட்டுமில்லை, உலகின் மிகச் சிறந்த ஓவியர்கள், நடனக் கலைஞர்கள், அறிவியலாளர்கள், பொருளாதார

வல்லுனர்கள் என்று பலதுறைப் படைப்பாளர்களும் இப்படித்தான் இயங்குகிறார்கள். இன்றைக்கு நாம் ரசித்துக் கைதட்டுகிற பெரும்பாலான படைப்புகள் இப்படிச் சுமாராகத் தொடங்கி சூப்பராக ஆகியவைதாம்.

ஆனால், இந்த உண்மை புதிதாக ஒரு துறையில் நுழைபவர்களுக்குத் தெரிவதில்லை. அவர்கள் தங்களுடைய வேலையைத் தொடங்குவதற்கு மிகச் சிறந்த நேரத்தை எதிர்நோக்கிக் காத்திருக்கிறார்கள். 'எல்லாம் சரியா வந்ததும் நான் படைப்பை அருவிமாதிரி கொட்டுவேன்' என்கிறார்கள். இந்தத் தவறான எதிர்பார்ப்பால் வாரக்கணக்கில், மாதக்கணக்கில் எதையும் சாதிக்காமல் இருக்கிறவர்களும் உண்டு.

மிகச் சிறந்த நேரம் என ஒன்று உண்மையில் இல்லை. அப்படி இருந்தாலும் அது நமக்குக் கிடைக்கும் வாய்ப்புகள் மிக மிகக் குறைவு. ஒருவேளை அது கிடைத்தால், மகிழ்ச்சியுடன் பெற்றுக்கொள்ளலாம். மற்றபடி அதற்கெனக் காத்திருப்பது வீண். அப்படிக் காத்திருப்பதற்குப் பதிலாக, நாள்தோறும் கண்டிப்பாகக் கிடைக்கிற சுமாரான நேரங்களைப் பயன்படுத்திக்கொண்டு வேலையைத் தொடங்கலாம், அதை மேம்படுத்திக்கொண்டு முன்னேறலாம்.

இந்த வழியில் நாம் சற்று மெதுவாகத்தான் நடப்போம், ஆங்காங்கு தடுக்கி விழுவோம், பல பிழைகளைச் சந்திப்போம், அவற்றைச் சரிசெய்வோம், அதன்மூலம் பாடம் கற்றுக்கொள்வோம், பெரும் போராட்டத்துக்குப்பிறகுதான் நம்முடைய வேலை முழுமையடையும்... இவை அனைத்தும் 'குழாயைத் திறந்ததும் படைப்பு அருவிமாதிரி கொட்டும்' என்பதைப்போல் மகிழ்ச்சியான காட்சிகள் இல்லை. ஆனால், இந்த முறையில் நாம் வெற்றி பெறுவதற்கான வாய்ப்புகள் பலமடங்கு கூடுகின்றன!

சிவப்பு மிட்டாய் 7: மிகச் சிறந்த நேரம் வந்தால்தான் ஒரு வேலையைத் தொடங்குவேன் என்று காத்திருக்கவேண்டாம். கிடைக்கிற நேரங்களைப் பயன்படுத்திக்கொண்டு படிப்படியாக முன்னேறுவோம்.

★★★

அத்தியாயம் – 8

சிலருக்குத் தற்புகழ்ச்சி பிடிக்கும், எப்போதும் தங்களைப்பற்றி உயர்வாகப் பேசிக்கொண்டிருப்பார்கள், மற்றவர்கள் முகம் சுளித்தாலும் நிறுத்தமாட்டார்கள்.

அதே நேரம், நம்மைப்பற்றி நாமே பேசுவது தவறு என்றும் நினைத்துவிடக்கூடாது. அளவுக்கு மிஞ்சினால்தான் அமுது நஞ்சாகும், அளவோடு சாப்பிட்டால் அது நன்மையைத்தான் தரும்.

இன்றைய உலகத்தில் நாம் சிறப்பாக வேலை செய்தால்மட்டும் போதாது. அதைப்பற்றி விளம்பரப்படுத்திக்கொள்வதும், அதாவது, நாம் சிறப்பாக வேலை செய்கிறோம் என்பது நம்முடைய மேலாளருக்கும் மற்றவர்களுக்கும் தெரியும்படி பார்த்துக்கொள்வதும் நம் பொறுப்புதான்.

ஆங்கிலத்தில் இதை *Personal Brand* என்கிறார்கள். அதாவது, இந்தக் குளிர்பானம் குடித்தால் மகிழ்ச்சியாகத் துள்ளலாம், அந்தப் பற்பசையில் பல் தேய்த்தால் கிருமிகள் வராது என்றெல்லாம் வெவ்வேறு பிராண்ட்கள் நம் மனத்தில் ஒரு தோற்றத்தை உண்டாக்கி அதன்மூலம் கூடுதல் விற்பனையை அறுவடை செய்கிறார்களில்லையா? அதுபோல, இவர் நம்பகமானவர், கொடுத்த வேலையைச் சிறப்பாகச் செய்கிறவர், பலரிடம் பாராட்டு, விருதுகளைப் பெற்றவர், நேர்மையானவர் என்றெல்லாம்

பிறர் மனத்தில் நல்ல தோற்றங்கள் உண்டானால் அது நம் வளர்ச்சிக்கும் முன்னேற்றத்துக்கும் உதவும்.

உண்மையில், இதையெல்லாம் மற்றவர்கள் சொல்லவேண்டும், அதன்மூலம் நம்மைப்பற்றி நல்ல தோற்றம் உண்டாகவேண்டும். 'நாலு பேர்கிட்ட நல்ல பேர் வாங்கு' என்று நம் ஊரில் சொல்வது இதைத்தான்.

ஆனால், இன்றைக்கு அந்த நாலு பேரும் அவரவருக்கு நல்ல பெயர் வாங்குவதில் மும்முரமாக இருக்கிறார்கள். அதனால், தன் வாயே தனக்கு உதவி என்று நம்மைப்பற்றி நாமே அளவாகப் பேசிக்கொள்ளவேண்டியதுதான். 'நான் பேசமாட்டேன், என் வேலைதான் பேசும்' என்றெல்லாம் சொல்லிக்கொண்டிருந்தால் யாருக்கும் நம்மைப்பற்றித் தெரியாமல் போய்விடும்!

சரி, அப்படியானால், நாளை காலை தொடங்கி நான் ஊரில் ஒரு பயலை விடப்போவதில்லை, எல்லாரிடமும் நாள்முழுக்க என்னைப்பற்றியேதான் பேசப்போகிறேன்.

கொஞ்சம் பொறுங்கள். அந்தக் குளிர்பான நிறுவனமும் பற்பசை நிறுவனமும் விளம்பரம், சந்தைப்படுத்தலில்மட்டும் ஈடுபடுவதில்லை, அத்தனை விளம்பரப்படுத்தலுக்கும் ஈடுகொடுக்கிற ஒரு நல்ல பொருளையும் தயாரிக்கிறார்கள். அதுதான் அடிப்படை. தரமான பொருள் வேண்டும், அதைச் சரியாகச் சந்தைப்படுத்த வேண்டும், அப்போதுதான் மக்கள் ஏற்றுக்கொள்வார்கள். வெறும் விளம்பரத்தை வைத்துத் தரமில்லாத பொருளை விற்கமுடியாது.

நமக்கும் அதே விதிமுறைதான். நம்முடைய வேலையில், பண்புகளில் தரம் இருக்கவேண்டும். அதன்பிறகு, அதைப்பற்றித் தேவையான நேரத்தில், தேவையான இடத்தில், அளவாகப் பேசவேண்டும், பிறர் அருவருக்கும்வண்ணம் எந்நேரமும் நம்மைப்பற்றிப் பேசிக்கொண்டிருக்கக்கூடாது.

ஆனால், என்னைப்பற்றிப் பேசுவதென்றால் உள்ளுக்குள் சிறு ஐயம் வருகிறது. எனக்கு இதற்கெல்லாம் தகுதி உண்டா என்கிற கேள்வி எழுகிறது. நான் வெறும் அதிர்ஷ்டத்தால் முன்னேறிவிட்டேன் என்று என் மனமே என்னைக் கேலி செய்கிறது. அப்போது என்ன செய்ய?

ஒருவேளை உங்களுக்குள் இப்படி ஓர் ஐயம் இருந்தால்

கவலைப்படாதீர்கள். இது மிக இயல்பான விஷயம்தான். உலகின் மிகப் பெரிய திறமையாளர்கள், சாதனையாளர்களுக்குள்ளும் இதுபோன்ற ஐயம் இருக்கும், நாம் தகுதியில்லாமல் இந்த இடத்துக்கு வந்துவிட்டோமோ என்கிற கேள்வி இருக்கும், அதை அவர்கள் வெளிப்படையாகச் சொல்வதும் உண்டு. ஆங்கிலத்தில் இதை *Imposter Syndrome* என்கிறார்கள்.

ஆனால், இப்படி அவர்களுக்குள் கேள்வி எழுகிறது என்பதால் அவர்கள் தகுதியற்றவர்கள் என்று பொருளில்லை. இதையும் அவர்கள் நேர்விதமாகப் பயன்படுத்திக்கொண்டு இன்னும் சிறப்பாகச் செயல்படுவார்கள்.

ஒருவேளை, உங்களுக்குள் உங்கள் தகுதியைப்பற்றிய ஐயம் எழுந்தால், எழுத்தாளர் ஜஸ்டின் வெல்ஷ் சொல்லும் இந்த உத்தியைப் பயன்படுத்துங்கள்:

★ உங்களுடைய தனிப்பட்ட, தொழில்முறைச் சாதனைகளை ஒரு தாளில் பட்டியலிட்டுக்கொள்ளுங்கள்

★ அந்தப் பட்டியலை உரக்கப் படியுங்கள். பின்னர் உங்களை நீங்களே இந்தக் கேள்வி கேட்டுக்கொள்ளுங்கள்: ஒருவேளை, இந்தச் சாதனைகளையெல்லாம் இன்னொருவர் செய்திருக்கிறார் என்றால் நான் அவருடைய தகுதியைக் கேள்வி கேட்பேனா? அல்லது, அவரை மதித்துப் புகழ்வேனா?

அவ்வளவுதான் விஷயம். நம்மை நாமே இன்னும் கொஞ்சம் காதலித்துக்கொள்ளலாம், தவறில்லை.

பச்சை மிட்டாய் 8: நம் திறமைகள், சாதனைகளுக்காக நம்மை நாமே அவ்வப்போது பாராட்டிக்கொள்வோம், பிறரிடமும் தேவையான அளவு அதைப்பற்றிப் பேசுவோம்.

★★★

அலுவலகத்தில் ஒரு கூட்டம். புதிதாகச் சேர்ந்த ஒருவர் 'என்னோட லாப்டாப்ல சில பிரச்சனைகள் இருக்கு, நான் இதைப்பத்தி யார்கிட்ட பேசறது?' என்று கேட்டார். 'நீங்க மகேஷ்கிட்ட பேசுங்க. அவர்தான் இதைக் கவனிச்சுக்கறார்' என்றார் இன்னொருவர்.

'இல்லைங்க, நீங்க சொல்றது தப்பு' என்றார் வேறொருவர். பின்னர், சட்டென்று விழித்துக்கொண்டு, 'அதாவது, நீங்க சொல்றது பழைய

தகவல்' என்றார், 'இப்ப மகேஷ் வேற துறைக்கு மாறிட்டார். சுரேஷ்தான் இதைக் கவனிச்சுக்கறார்.'

முந்தைய பத்தியை இன்னொருமுறை படித்துப்பாருங்கள். 'நீங்க சொல்றது தப்பு' என்று சொன்னவர் அதை ஏன் 'நீங்க சொல்றது பழைய தகவல்' என்று மாற்றினார்? அதனால் என்ன நன்மை?

அந்த அலுவலகத்தில் லாப்டாப் (மடிக்கணினி) தொடர்பான பிரச்சனைகளை மகேஷ் கவனித்துக்கொண்டிருந்தார் என்பது உண்மை. அதைத்தான் இரண்டாவது நபர் சொல்லியிருக்கிறார்.

ஆனால், அவர் அதைச் சொன்னபோது, லாப்டாப் பிரச்சனைகள் சுரேஷிடம் சென்றுவிட்டன. அதனால், அந்தத் தகவல் தவறாகிவிட்டது. அதைத்தான் மூன்றாவது நபர் சுட்டிக்காண்பித்தார். இந்த இடத்தில் அவர் பயன்படுத்திய 'தவறு' என்ற சொல் முற்றிலும் சரியானதுதான். எனினும், அவர் அதைப் 'பழைய தகவல்' என்று திருத்துகிறார். ஏனெனில், 'தவறு' என்ற சொல் குற்றம் என்கிற எதிர்மறைப் பொருளில்தான் பெரும்பாலும் பயன்படுத்தப்படுகிறது. ஓர் அலுவலகச் சூழலில் அதைப் பயன்படுத்தினால் எதிரில் உள்ளவர் மனம் வருந்தக்கூடும்.

உண்மையில் அவர் அந்தத் தவற்றை விரும்பிச் செய்யவில்லை. லாப்டாப் பிரச்சனைகளை இப்போது சுரேஷ் கவனித்துக் கொள்கிறார் என்று அவருக்குத் தெரியாது. அதனால், அவர் தன்னையும் அறியாமல்தான் அந்தத் தவற்றைச் செய்துள்ளார். அதனால், 'நீங்கள் தவறு செய்துவிட்டீர்கள்' என்று சொல்லாமல், 'நீங்கள் சொல்லுவது பழைய தகவல்' என்று சொன்னால் அவர் மனமும் வருந்தாது, திருத்தமும் செய்யப்பட்டுவிடும்.

இப்படி நம்முடைய அன்றாடப் பேச்சில் ஆயிரக்கணக்கான சொற்கள் வந்து விழுந்துகொண்டே இருக்கின்றன. அவற்றின் பொருளைமட்டும் கவனிக்காமல், அவை உண்டாக்கக்கூடிய தாக்கத்தையும் சிந்தித்துச் சரியான சொற்களைப் பயன்படுத்துவது நல்லது.

சிவப்பு மிட்டாய் 8: பிறரிடம் எதிர்மறைத் தாக்கம் தரக்கூடிய சொற்களைப் பயன்படுத்தவேண்டாம். அதே பொருளைத் தருகிற நேர்விதமான சொற்களைச் சிந்தித்துப் பயன்படுத்துவோம்.

★★★

அத்தியாயம் –9

ஓய்வு பெற்ற ராணுவ வீரர் ஒருவர் கண் மருத்துவரைப் பார்க்கச் செல்கிறார், தன்னுடைய பிரச்சனையைச் சொல்கிறார்.

'இது கொஞ்சம் சிக்கலான பிரச்சனைதான்' என்கிறார் கண் மருத்துவர். அவரைச் சில பரிசோதனைகள் செய்துவிட்டு, 'மனசைத் திடப்படுத்திக்கோங்க. இந்த நோய்க்கு மருத்துவம் கிடையாது. இனிமே கடவுள்தான் உங்களைக் குணப்படுத்தணும்' என்கிறார்.

நோயாளி இதைக் கேட்டு வாழப்போகிறார். மருத்துவரே கைவிட்டபிறகு அவரால் என்ன செய்ய இயலும்? தன்னுடைய நிலையை நொந்துகொண்டு அந்த நோயுடன் வாழப் பழகுகிறார்.

பல ஆண்டுகளுக்குப்பிறகு, அவர் கனடா செல்கிறார். அங்கு, தன்னுடைய நோய் குணப்படுத்தக்கூடியதுதான் என்று எதேச்சையாகத் தெரிந்துகொள்கிறார், அதிர்ந்துபோகிறார். 'என்ன சொல்றீங்க? இந்தியாவில என்னோட மருத்துவர் இந்த நோயைக் குணப்படுத்தமுடியாதுன்னு சொன்னாரே' என்று திகைப்புடன் கேட்கிறார்.

'அவர் சொன்னது உண்மைதான்' என்று பதில் கிடைக்கிறது. 'இந்த நோயைக் குணப்படுத்தற சிகிச்சை இந்தியாவில இல்லை. ஆனா, எங்க நாட்டுல இருக்கு.'

இதைக் கேட்டதும் அந்த முதியவருக்கு மிகவும் மகிழ்ச்சி.

தேவையான சிகிச்சையைச் செய்துகொள்கிறார், தன்னுடைய பல ஆண்டு நோய்க்குத் தீர்வு பெறுகிறார்.

உடனடியாக, அவருக்குத் தன்னுடைய மருத்துவர்மீது மிகுந்த சினம் எழுகிறது, 'இந்த நோயைக் கடவுளாலதான் குணப்படுத்தமுடியும்ன்னு சொன்னாரே. அது எவ்ளோ பெரிய பொய்!' என்று எரிச்சலில் பொங்குகிறார். 'வெளிநாட்டுக்குப் போனா இந்த நோயைக் குணப்படுத்திடலாம்ன்னு ஒரு வார்த்தை சொல்லியிருந்தா நான் இத்தனை ஆண்டுகளாக கஷ்டப்பட்டிருக்கமாட்டேனே' என்று ஆதங்கப்படுகிறார்.

இது கற்பனைக் கதை இல்லை. பேராசிரியர் அமோட் குப்தா என்ற மருத்துவர் அந்த ஓய்வு பெற்ற ராணுவ வீரரிடம் நேரில் பேசியிருக்கிறார், அவருடைய ஆதங்கத்தைப் புரிந்து கொண்டிருக்கிறார், அதை நம் எல்லாருக்கும் பயன்படும் வகையில் விவரித்திருக்கிறார்.

இந்த நிகழ்வை அந்தக் கண் மருத்துவருடைய இடத்திலிருந்து யோசிப்போம். அவர் சொன்னது பொய்யா?

ஒருவிதத்தில், அது பொய் இல்லை. இந்தியாவில் இந்த நோய்க்குச் சிகிச்சை கிடையாது என்பதுதான் உண்மை. அதைத்தான் அவர் தன்னுடைய நோயாளியிடம் சொல்லியிருக்கிறார்.

ஆனால், இன்னொருவிதத்தில், அது பொய்தான். வெளிநாட்டில் இதற்குச் சிகிச்சை உள்ள நிலையில், 'உங்களைக் கடவுளாலதான் காப்பாத்தமுடியும்' என்று அவர் சொல்லியிருக்கக்கூடாது. குறிப்பாக, நோயாளிகள் மருத்துவர் சொல்லை மிகவும் நம்புகிற சூழ்நிலையில் அவர் இன்னும் கவனத்துடன் செயல்பட்டிருக்கவேண்டும். இந்த நோய்க்கு வேறு எந்தெந்த நாடுகளில் என்னென்ன சிகிச்சைகள் உண்டு என்பதைத் தெரிந்துகொண்டு அதை நோயாளிக்குத் தெரிவித்திருக்கவேண்டும். அது இயலாது என்றால், 'நீங்க வேணும்ன்னா வெளிநாட்டு மருத்துவர் யார்கிட்டயாவது பேசிப்பாருங்க' என்றாவது சொல்லியிருக்கவேண்டும்.

நாம் ஒரு துறையில் ஈடுபடுகிறோம் என்றால், நமக்குத் தெரிந்ததை, நாம் இதுவரை கற்றுக்கொண்டதைமட்டும் திரும்பத் திரும்ப செய்துகொண்டிருக்கக் கூடாது. அதாவது, குண்டுச் சட்டியில் குதிரை ஓட்டிக்கொண்டிருக்கக் கூடாது. அந்தத் துறை சார்ந்த புதிய முன்னேற்றங்கள், மாற்றங்களையெல்லாம் தொடர்ந்து

தெரிந்துகொள்வதும் நம்முடைய கடமைதான். அப்போதுதான் நாம் அதில் வல்லுனர்களாகிறோம். நாம் அப்படி இருந்தால்தான் நம்முடைய கருத்துகளைப் பிறர் மதித்துப் பின்பற்றுவார்கள். அந்த மதிப்பைத் தக்கவைத்துக்கொள்வதற்கு நாம் தொடர்ந்து படிக்கவேண்டும், கேட்கவேண்டும், ஆராயவேண்டும், நம்மைப் புதியவர்களாக வைத்துக்கொள்ளவேண்டும்.

இன்றைக்கு டி20 கிரிக்கெட் போட்டிகளின்போது வர்ணனை செய்கிற புகழ் பெற்ற முன்னாள் ஆட்டக்காரர்களில் பலர் டி20 ஆட்டங்களில் விளையாடியதுகூட இல்லை. ஏனெனில், அவர்கள் திறமையுடன் விளையாடிக்கொண்டிருந்த நேரத்தில் 20 ஓவர் கிரிக்கெட் என்பதே இல்லை. எனினும், ஆட்டத்திலிருந்து ஓய்வுபெற்றபின் அந்தத் துறையில் நடந்த மாற்றங்களைத் தெரிந்துகொண்டு எவ்வளவு துல்லியமான அலசல்களை வழங்குகிறார்கள் என்று பாருங்கள். அந்தக் கற்கும் ஆர்வமும் திறமையும்தான் அவர்களைத் தொடர்ந்து வல்லுனர்களாக வைத்திருக்கிறது.

பச்சை மிட்டாய் 9: நம்முடைய துறை சார்ந்த அறிவைத் தொடர்ந்து விரிவாக்குவோம், நம்மைச் சுற்றி நடக்கிற புதிய முன்னேற்றங்களையும் மாற்றங்களையும் கற்றுக்கொள்வோம்.

★★★

உங்களுக்கு நான் ஒரு சாக்லெட் தருகிறேன்.

கொஞ்சம் பொறுங்கள். நீங்கள் இன்னும் ஒரு வாரம் காத்திருந்தீர்கள் என்றால், நான் உங்களுக்கு இரண்டு சாக்லெட்கள் தருகிறேன்.

இப்போது சொல்லுங்கள். உங்களுக்கு எது வேண்டும்? இப்போது ஒரு சாக்லெட்டா? ஒரு வாரம் கழித்து இரண்டு சாக்லெட்களா?

இந்தக் கேள்விக்குச் சட்டென்று பதில் சொல்வது மிகவும் கடினம். உடனடியாக சாக்லெட்டைத் தின்பது ஒரு மகிழ்ச்சி. ஆனால், ஒரு வாரம் காத்திருந்தால் அந்த மகிழ்ச்சி இரட்டிப்பாகும். நாம் அதற்குத் தயாரா?

வாழ்க்கையில் இதுபோன்ற கேள்விகளை நாம் அன்றாடம் சந்தித்துக்கொண்டிருக்கிறோம். பல நேரங்களில் காத்திருக்கப் பொறுமையில்லாமல் ஒரு சாக்லெட் போதும் என்று தீர்மானித்து

விடுகிறோம். அதாவது, தொலைநோக்கை மறந்து இப்போதைய மகிழ்ச்சியில்மட்டும் கவனம் செலுத்துகிறோம். இல்லாவிட்டால், தொலைநோக்கில் கவனம் செலுத்திக்கொண்டு இன்றைய மகிழ்ச்சியை விட்டுவிடுகிறோம்.

எடுத்துக்காட்டாக, மதிய உணவுக்கு வெளியில் செல்கிற ஒருவர் சான்ட்விச், பிட்சா, பர்கர் போன்ற விரைவு உணவுகளைச் சாப்பிடலாம். அல்லது, காய்கறிகள் நிறைந்த, உடலுக்கு நலத்தைத் தருகிற சாப்பாட்டைத் தேர்ந்தெடுக்கலாம். முதலாவது இன்றைக்கு மகிழ்ச்சி, இரண்டாவது என்றைக்கும் மகிழ்ச்சி.

அப்படியானால், உடனடி மகிழ்ச்சிக்காக நாம் எதையும் செய்யக்கூடாதா?

செய்யலாம். ஆனால், அதில்மட்டும் கவனம் இருக்கக்கூடாது. சாலையைக் கடக்கும்போது அருகில் வரும் வண்டிகளைப் பார்க்கிறோம், தொலைவில் வரும் வண்டிகளையும் பார்க்கிறோம், அதன்பிறகுதான் அந்தக் கணத்தில் சாலையைக் கடக்கலாமா வேண்டாமா என்று தீர்மானிக்கிறோம். அதுபோல, நம்முடைய பார்வை உடனடி நன்மை, தொலைநோக்கு நன்மை ஆகிய இரண்டிலும் இருக்கவேண்டும்.

ஒருவர் தன்னுடைய குடும்பத்தைக் காப்பாற்றுவதற்கென நெடுநேரம் வேலை செய்கிறார் என்று வைத்துக்கொள்வோம். உடனடி நன்மை என்று பார்த்தால், அதனால் அவருக்குக் கூடுதல் வருவாய் கிடைக்கிறது. அது அவருடைய அப்போதைய பிரச்சனைகளைத் தீர்க்க உதவுகிறது. ஆனால், அவர் அதில்மட்டும் கவனம் செலுத்திக்கொண்டு சரியாகச் சாப்பிடாமல், ஒழுங்காகத் தூங்காமல் வேலை செய்தால் தொலைநோக்கில் அவருடைய நலன் பாதிக்கப்படும். இரண்டையும் சரியாகச் சமநிலைப்படுத்துவது சவால்தான். ஆனால், சிறிய, பெரிய தீர்மானங்கள் ஒவ்வொன்றை எடுக்கும்போதும் இந்த இரட்டைப் பார்வையைச் செயல்படுத்தினால் கொஞ்சங்கொஞ்சமாக அந்தச் சமநிலை நமக்குக் கிடைத்துவிடும்.

சிவப்பு மிட்டாய் 9: எப்போதும் குறுகிய பார்வை அல்லது எப்போதும் தொலைநோக்குப் பார்வை வேண்டாம். இரண்டையும் சமநிலையாகப் பார்த்துத் தீர்மானிப்போம்.

★★★

அத்தியாயம் – 10

கார்த்திகா திறமையான மென்பொருள் வல்லுனர், தர்க்க சிந்தனை நிறைந்தவர், சாஃப்ட்வேர் புரோகிராம் எழுதுவதில் கில்லாடி. அதனால், அவர் தன்னுடைய குழுவில் மற்ற எல்லாரையும்விட விரைவாகவும் சிறப்பாகவும் முன்னேறினார், அவருடைய சம்பளம் உயர்ந்தது, பெரிய பதவிகள், சலுகைகள் தேடி வந்தன.

ஒருநாள், அவருடைய மேலாளர் கார்த்திகாவை அழைத்துப் பேசினார், 'நீ அடுத்து என்ன செய்யலாம்ன்னு இருக்கே?'

'உங்களுக்குத் தெரியாதா பாஸ்? அடுத்த மாசம் இந்தப் புது ப்ராஜெக்டைத் தொடங்கப்போறேன்' என்று பேசத் தொடங்கிய கார்த்திகாவை அவருடைய மேலாளர் இடைமறித்தார், 'நான் ப்ராஜெக்டைப்பத்திக் கேட்கலை, உன்னோட எதிர்காலத்தைப்பத்திக் கேட்கறேன்' என்றார். 'இன்னும் எவ்ளோ நாளைக்கு மாங்குமாங்குன்னு புரோகிராம் எழுதிக்கிட்டிருப்பே? எனக்கு என்ன தோணுதுன்னா, கொஞ்சம் முயற்சி செஞ்சா நீ என்னைமாதிரி ஒரு நல்ல மேனேஜரா வரலாம், பலரை வழிகாட்டி அரவணைச்சு மேலே கூட்டிக்கிட்டுப் போகலாம். முன்னேத்தலாம். அது உனக்கும் நல்லது. அவங்களுக்கும் நல்லது. நம்ம நிறுவனத்துக்கும் நல்லது. என்ன சொல்றே?'

கார்த்திகா திகைத்துப்போனார். ஏனெனில், கல்லூரியிலிருந்து வெளியில் வந்த நாள்முதல் அவர் புரோகிராம் எழுதுகிற

வேலையைமட்டும்தான் செய்திருக்கிறார். அவருடைய மொத்தத் திறமையும் அதில்மட்டும்தான் குவிந்திருந்தது. மேலாளராகப் பணியாற்றுவது என்பது அதிலிருந்து முற்றிலும் மாறுபட்ட விஷயம். அதற்கு வேறு பல திறமைகள் தேவை. அதனால், அவர் தன்னை ஒரு மேலாளராகப் பார்க்கத் தயங்கினார்.

அவருடைய குழப்பத்தை அந்த மேலாளர் புரிந்துகொண்டார், 'என்னை நம்பு. உனக்கு இது நல்லா வரும். துணிஞ்சு இறங்கு. எங்க பிரச்சனை வந்தாலும் நான் உனக்கு உதவி பண்ணறேன்' என்று ஊக்குவித்தார்.

கார்த்திகா அந்த மேலாளரை நம்பினார், அவருடைய வழிகாட்டுதலின்கீழ் உழைக்கத் தொடங்கினார், இன்று அவர் 250 பேருக்கு மேலாளராக மிகப் பெரிய பொறுப்பில் இருக்கிறார்.

புரோகிராமராக இருந்த கார்த்திகாவுக்குள் இப்படி ஒரு திறமை இருக்கிறது, அதை எடுத்துப் பட்டைதீட்டினால் அவர் மிகச் சிறப்பாக வளர்வார் என்று அந்த மேலாளருக்கு எப்படித் தெரிந்தது? இதுபோல் நமக்குள் ஒளிந்திருக்கிற நல்ல, சரியான திறமை ஒன்றைக் கண்டெடுத்துப் பயன்படுத்திக்கொள்வது எப்படி?

ஜே.பி. பார்னே என்ற பேராசிரியர் இதற்கென்று VRIO என்ற சிந்தனை முறையைக் கண்டுபிடித்திருக்கிறார். நிறுவனங்கள் தங்களுடைய தனித்துவமான திறமையைக் கண்டறிவதற்கென்று அவர் உண்டாக்கிய இந்த முறையை நம்முடைய தனித்திறமையைக் கண்டறியவும் நாம் பயன்படுத்திக்கொள்ளலாம்.

அதென்ன VRIO?

V = Value. நமக்குள் உள்ள மதிப்பு மிக்க திறமைகள் என்னென்ன?

R = Rarity. அந்த மதிப்பு மிக்க திறமைகளில் எவையெல்லாம் அரியவை? அதாவது, எல்லாரிடமும் இல்லாதவை, நம்மைப் போன்ற மிகச் சிலரிடம்மட்டும் உள்ளவை?

I = Imitability. அந்த மதிப்பு மிக்க, அரிய திறமைகளில் எவையெல்லாம் மற்றவர்களால் எளிதில் பிரதியெடுக்க இயலாதவை?

O = Organization. அந்த மதிப்பு மிக்க, அரிய, மற்றவர்களால் எளிதில் பிரதியெடுக்க இயலாத திறமைகளில் நாம் நன்கு சிறந்து

விளங்குகிற, நம்மால் நன்கு பயன்படுத்திக்கொள்ளக்கூடிய நிலையில் உள்ள திறமைகள் எவை?

இப்படிச் சிந்தித்தால், ஓரிரு திறமைகள்தான் தேறும். ஆனால், அவை நமக்குப் போதும். மற்ற அனைத்தையும் ஒதுக்கிவிட்டு இந்த ஓரிரு திறமைகளில் முழுக் கவனம் செலுத்தினால் நம்மால் உறுதியான வெற்றியைப் பெற இயலும்.

பச்சை மிட்டாய் 10: VRIO கேள்விகளைக் கேட்டு நம்முடைய தனித்துவமான திறமைகளைக் கண்டறிவோம், அவற்றில்மட்டும் முழுக் கவனம் செலுத்துவோம்.

★★★

மருத்துவத் துறையில் நோபல் பரிசு அறிவிக்கப்படுகிறது. அடுத்த சில நிமிடங்களில் இணையம்முழுக்க அதுதான் பேச்சு. பரிசு பெற்ற மருத்துவர்களைப்பற்றியும் அவர்களுடைய கண்டுபிடிப்புகளைப்பற்றியும் மக்கள் தங்களுடைய கருத்துகளை எழுதித் தள்ளுகிறார்கள்.

மறுநாள், ஒரு செயற்கைக்கோள் விண்ணில் ஏவப்படுகிறது. அதில் சில பிரச்சனைகள் வருகின்றன. வல்லுனர்கள் சிரமப்பட்டு அதைச் சரிசெய்கிறார்கள்.

உடனே, முந்தைய நாள் மருத்துவத்துறையைப்பற்றிப் பேசிக் கொண்டிருந்த அதே மக்கள் இணையத்தில் செயற்கைக்கோள் பற்றியும் அதை ஏவும் தொழில்நுட்பத்தைப்பற்றியும் கருத்து சொல்கிறார்கள்.

அடுத்தடுத்த நாட்களில் ஒரு கட்சி ஆட்சிக்கு வருகிறது, ஒரு விளையாட்டுப் போட்டி நடக்கிறது, ஒரு திரைப்படம் வெளியாகிறது, ஒரு புயல் கரையைக் கடக்கப்போவதாக அறிவிக்கப்படுகிறது... இவை அனைத்தைப்பற்றியும் இணையத்தில் உடனுக்குடன் பேச்சுகள், விவாதங்கள், மறுப்புகள், சண்டைகள்... இவை அனைத்தையும் எழுதுவது யார் என்று பார்த்தால், கிட்டத்தட்ட அதே நபர்கள்தான்.

அது எப்படி ஒரே நபர் மருத்துவம், தொழில்நுட்பம், அரசியல், விளையாட்டு, திரைப்படம், வானிலை என்று அனைத்திலும் வல்லுனராக இருக்கமுடியும்?

உண்மையில் இவர்கள் எதிலும் வல்லுனர்கள் இல்லை. ஆனால், இவர்களிடம் இணையம் இருக்கிறது. அதனால், எது நடந்தாலும் அதைப்பற்றி ஏதாவது சொல்லவேண்டும் என்று களத்தில் குதித்துவிடுகிறார்கள். இப்படிப்பட்ட கருத்துகள் நிறையக் குவிந்துவிடுவதால் நாமும் இவற்றைப் படிக்கவேண்டும் என்ற அழுத்தத்துக்குள் தள்ளப்படுகிறோம்.

அதற்குப்பதிலாக, இந்த ஆண்டு நோபல் பரிசு வென்ற மருத்துவர்களைப்பற்றி அந்தத் துறைசார்ந்த வல்லுனர் ஒருவர் பேசுவதை ஐந்து நிமிடம் கேட்டோம் என்றால் போதும், நமக்கு அதுபற்றிய தெளிவான பார்வை கிடைத்துவிடும். இணையத்தில் நூற்றுக்கணக்கான அரைகுறை வல்லுனர்களுடைய பேச்சைப் பல மணிநேரம் படித்தாலும் அது கிடைக்காது.

அப்படியானால், இணையத்தில் எழுதப்படுகிற எல்லாம் மோசம் என்று பொருள் இல்லை. வல்லுனர்களுடைய பார்வை, பொதுமக்களுடைய பார்வை இரண்டும் வெவ்வேறு என்பதைப் புரிந்துகொண்டு நமக்குத் தேவையான தகவலை நாம் சரியான நபர்களிடமிருந்து பெறவேண்டும். இல்லாவிட்டால் கூச்சலுக்கு நடுவில் இனிய இசை நமக்குக் கேட்காது.

அதேபோல், நாமும் நமக்கு முழுமையாகத் தெரியாத விஷயங்களில் கருத்து சொல்வதற்குமுன் சற்று யோசிக்கவேண்டும். உண்மையில் விஷயம் தெரிந்தவர்களைப் பேசவிட்டுக் கேட்பது நமக்கும் நல்லது, பிறருக்கும் நல்லது.

சிவப்பு மிட்டாய் 10: ஒரு விஷயத்தைப்பற்றித் தெரிந்துகொள்ள வேண்டுமென்றால், அதைப்பற்றிப் பேசுகிற, எழுதுகிற எல்லாரையும் படிக்கவேண்டாம், அந்தத் துறைசார்ந்த வல்லுனர்களைமட்டும் தேடிப் படிப்போம். நேரத்தை மிச்சப்படுத்தவும் பிழையில்லாத, உறுதியான அறிவைப் பெறவும் அதுதான் வழி.

★★★

அத்தியாயம் – 11

சில மாதங்களுக்குமுன்னால், ஓர் இணையதளத்தில் சில மளிகைப் பொருட்களை வாங்கினோம். அவை வீட்டுக்கு வந்துசேர்ந்தபோது, அவற்றுடன் ஒரு சிறிய ஃபேஸ்வாஷ் (முகத்தைத் தூய்மைப்படுத்தும் களிம்பு) பெட்டியும் இருந்தது.

எங்கள் வீட்டில் யாரும் ஃபேஸ்வாஷ் பயன்படுத்துவதில்லை. அதனால், நாங்கள் அதை வாங்கவில்லை. அந்த ஃபேஸ்வாஷைத் தயாரிக்கும் நிறுவனம் விளம்பர நோக்கத்துடன் இந்த இலவசப் பரிசை எல்லா வாடிக்கையாளர்களுக்கும் அனுப்பியிருக்கிறது.

இப்போது, நாங்கள் அந்தப் பெட்டியை என்ன செய்யலாம்?

ஒன்று, அந்த நிறுவனம் விரும்பியபடி ஓரிரு நாட்கள் அதை முயன்றுபார்க்கலாம். பிடித்திருந்தால் இன்னொரு பெரிய பெட்டி வாங்கித் தொடர்ந்து பயன்படுத்தலாம். பிடிக்காவிட்டால், அத்துடன் விட்டுவிடலாம்.

இல்லாவிட்டால், 'எங்களுக்கு ஃபேஸ்வாஷெல்லாம் வேண்டாம், எங்களுடைய இயற்கை அழகு எங்களுக்குப் போதும்' என்று சொல்லி அந்தப் பெட்டியைக் குப்பைத்தொட்டியில் தூக்கிப் போடலாம், அல்லது, ஃபேஸ்வாஷ் பயன்படுத்தக்கூடிய இன்னொருவருக்குக் கொடுத்துவிடலாம்.

ஆனால், 'ஃப்ரீயா கிடைச்சா ஃபெனாயிலும் வேண்டும்' என்கிற வழக்கப்படி நாங்கள் இந்த மூன்றையும் செய்யவில்லை.

இலவசமாக வந்த பொருள் பயனற்றதுதான் என்றாலும் அதை எங்கோ அலமாரியில் போட்டுவைத்தோம். இன்றுவரை அது அந்த இடத்தில்தான் சும்மா கிடக்கிறது. இனியும் அதை யாரும் தொடப்போவதில்லை, பயன்படுத்தப்போவதில்லை.

இன்னும் சில மாதங்களில், அந்தக் களிம்பு காலாவதியாகிவிடும். அதன்பிறகு, அதனால் யாருக்கும் எந்தப் பயனும் இருக்காது.

இப்படி நாம் விரும்பியும் விரும்பாமலும் நம் வீட்டில் கிடக்கும் பயனற்ற பொருட்களைக் கொஞ்சம் சிந்தித்துப்பாருங்கள். அவற்றைத் திட்டமிட்டு அகற்ற இயலுமானால் நமக்கு எவ்வளவு இடம் கூடுதலாகக் கிடைக்கும்!

அந்தப் பொருட்களை நாம் தூக்கி எறியக்கூட வேண்டியதில்லை. அவை பயன்படக் கூடிய இன்னொருவரிடம் கொடுத்துவிடலாம். இதன்மூலம் அவர்களுக்கும் மகிழ்ச்சி. ஒரு பொருளை மறுபயன்பாட்டுக்கு விடுவதன்மூலம் இன்னொரு பொருள் உருவாக்கப்படுவதை நாம் தடுக்கிறோம். அதன்மூலம், உலகின் சுமையைக் கொஞ்சம் குறைக்கிறோம்.

நுகர்வுப் பண்பாடு நிறைந்திருக்கிற இன்றைய சூழலில், எதையும் புதிதாக வாங்கவேண்டும், அதுதான் பெருமை என்கிற மனநிலை பரவலாகியுள்ளது. வணிக நிறுவனங்களும் தங்களுடைய விளம்பரங்களின்மூலம் அதை வலியுறுத்தி நம் மனத்தில் பதியவைக்கிறார்கள். இதனால், மக்கள் நன்கு பயன்பட்டுக்கொண்டிருக்கிற பொருட்களைக்கூடத் தூக்கி எறிந்துவிட்டு வேறு பொருட்களை வாங்குகிறார்கள். பழுதானவற்றைச் சரிசெய்து பயன்படுத்துவதற்குப்பதில் புதியவற்றை வாங்கிவிடலாம் என்ற எண்ணம் மிகுந்துவருகிறது. அதற்குத் தேவையான பண வசதி நம்மிடம் இருந்தாலும், அவ்வாறு தூக்கி எறிவதும் தேவையற்ற புதுப்பித்தல்களும் சமூகப் பொறுப்பின்மை என்கிற எண்ணம் வரவேண்டும்.

இதனுடன் இணைந்த இன்னொரு பழக்கம், சிறு தேவைகளுக்கென்று பெரிய பொருட்களை வாங்காமல், தெரிந்தவர்களிடமிருந்து கடனாகப் பெற்றுப் பயன்படுத்திக்கொள்வது. பின்னர் அவற்றைத் திரும்பக் கொடுத்துவிடுவது. இதன்மூலமும் வீட்டில் தேவையில்லாத சுமையைக் குறைக்கலாம்.

சமீபத்தில் இணையத்தில் ஒரு வாட்ஸாப் குழு உரையாடல் மிகவும் பரபரப்பாகப் பேசப்பட்டது. அதில், Rapido என்ற புகழ் பெற்ற நிறுவனத்தின் நிறுவனர் தன்னுடைய அக்கம்பக்கத்து வீட்டாரிடம் ஏணி ஒன்றைக் கடன் கேட்கிறார்.

அத்தனை பெரிய நிறுவனத்தின் தலைவரிடம் ஒரு புதிய ஏணியை வாங்கக் காசு இருக்காதா என்ன? கண்டிப்பாக இருக்கும், ஆனால், ஐந்து நிமிடப் பயன்பாட்டுக்கு எதற்கு ஒரு பொருளைக் காசு கொடுத்து வாங்கவேண்டும்? இன்னொருவரிடம் அந்தப் பொருள் இருக்கிறது என்றால் தாற்காலிகமாக அதை வாங்கிப் பயன்படுத்திக்கொள்வதில் என்ன இழிவு? இதன்மூலம் அக்கம்பக்கத்து வீட்டாருடன் நட்பை, நல்லுறவை வளர்த்துக்கொள்கிற கூடுதல் நன்மையும் உண்டல்லவா!

பச்சை மிட்டாய் 11: நமக்குத் தேவையானவற்றை வாங்குவோம், நமக்குத் தேவையில்லாதவற்றைப் பிறருக்குக் கொடுத்து உதவுவோம். தாற்காலிகத் தேவைகளை ஒருவருக்கொருவர் பகிர்ந்துகொள்வதன்மூலம் மிகையான நுகர்வைக் குறைப்போம்.

★★★

ஆராய்ச்சிக்கென விண்வெளிக்குச் செல்கிறவர்கள் சில நேரங்களில் நெடுநாட்கள் அங்கேயே தங்கிவிடவேண்டியிருக்கும். அதுபோன்ற சூழ்நிலைகளில் அவர்கள் நாள்தோறும் இரண்டு மணிநேரம் உடற்பயிற்சி செய்யவேண்டுமாம்.

விண்வெளியில் உடற்பயிற்சியா? எதற்கு? அங்கு என்ன மசால்வடை, பாதாம் அல்வா, பிட்சா, பர்கரெல்லாமா கிடைக்கப்போகிறது? பிறகு ஏன் விண்வெளி வீரர்கள் உடற்பயிற்சி செய்யவேண்டும்?

உடற்பயிற்சி என்பதை உடல் இளைப்பதற்கான கருவி என்றுமட்டும் பார்ப்பதால் வருகிற பிரச்சனை இது. விண்வெளியில் உடற்பயிற்சி ஏன் தேவைப்படுகிறது என்பதை டிம் பீக் என்ற விண்வெளி வீரர் விளக்குகிறார், கேளுங்கள்:

‘விண்வெளியில் எடையற்ற சூழல்தான் இருக்கும். அதனால், சில நாட்களில் நம் உடல் அந்த எடையற்ற சூழலுக்குப் பழகிவிடும். இனி நமக்குத் தசை தேவையில்லை, எலும்பு தேவையில்லை என்றெல்லாம் நினைக்கத்தொடங்கிவிடும். அதனால், கொஞ்சம் கொஞ்சமாகத் தசைகளும் எலும்புகளும்

சுருங்கத் தொடங்கிவிடும். அதன்பிறகு, அந்த விண்வெளி வீரர்கள் பூமிக்குத் திரும்பும்போது, அதாவது, எடை உள்ள ஒரு சூழலுக்குத் திரும்பும்போது மிகவும் சிரமப்படுவார்கள். அதைத் தவிர்க்கவேண்டுமென்றால், விண்வெளியில் அவர்கள் கடுமையாக உடற்பயிற்சி செய்யவேண்டும்.'

ஆக, சிரமமில்லாத சூழலில் நம் உடல் தானாக மாறிவிடுகிறது. அதை நாம் பேசாமல் ஏற்றுக்கொண்டுவிட்டால், பின்னர் சிரமமான சூழலுக்குத் திரும்பும்போது பெரிய தொல்லையாகிவிடும்.

நீங்களோ நானோ விண்வெளிக்குச் செல்லப்போவதில்லை. ஆனால், இந்தப் பாடம் நமக்கும் பொருந்தும். எளிமையான வேலைகள் நிறைந்த ஒரு சூழலில் இருக்கும்போது அதற்கேற்ப நம் மனமும் உடலும் அடைகிற மாற்றங்களைக் கூர்ந்து கவனிக்கவேண்டும். விண்வெளி வீரர்கள் எலும்பு, தசையை இழப்பதுபோல் நாம் நம்முடைய திறமைகளை இழந்துவிடாமல் இருக்கவேண்டும். அப்போதுதான் பின்னர் கடினமான வேலைகளைச் செய்யும்போது அவை நமக்குக் கைகொடுக்கும்.

அதனால்தான், கிரிக்கெட் வீரர்கள் கடினமான போட்டிகள் இல்லாத நேரத்திலும் வலியச் சென்று மணிக்கணக்காக விளையாடிப் பயிற்சி எடுக்கிறார்கள். மேடைப் பாடகர்கள் கச்சேரி இல்லாத நாட்களிலும் பாடிப் பழகுகிறார்கள். சவால் இல்லாத சூழ்நிலைகளில் நாமே ஒரு சவாலை உருவாக்கிக்கொண்டு அதைச் சமாளித்துப் பழகினால், பின்னர் எந்தச் சவாலாலும் நம்மை அசைக்க இயலாது!

சிவப்பு மிட்டாய் 11: சவால் இல்லாத சூழ்நிலைகளில் மயங்கிப்போய் நம் திறமைகளை இழந்துவிடவேண்டாம், தொடர்ந்த பயிற்சியின்மூலம் நம் திறமைகளைக் கூர்மையுடன் வைத்துக்கொள்வோம்.

★★★

அத்தியாயம் – 12

அமேசான் நிறுவனத்தில் வேலை செய்கிற ஒருவர் இன்னொருவரிடம் ஏதேனும் கேள்வி கேட்டால், அதற்கு இந்த நான்கு பதில்களில் ஒன்றைத்தான் எதிர்பார்ப்பாராம்:

1. ஆமாம்

2. இல்லை

3. ஓர் எண் (அதாவது, தரவு, Data)

4. எனக்கு இது தெரியாது, இந்தத் தேதிக்குள் நான் இதற்கான பதிலைக் கண்டுபிடித்து உங்களுக்குச் சொல்கிறேன்.

இந்த நான்கு பதில்களும் எல்லாக் கேள்விகளுக்கும் பொருந்தாது. ஆனால், நாம் கேட்கிற அல்லது நம்மிடம் கேட்கப்படுகிற அனைத்துக் கேள்விகளுக்கும் இந்த நான்கில் ஏதேனும் ஒரு பதில் கச்சிதமாகப் பொருந்திவிடும். எடுத்துக்காட்டாக, ஒருவர் 'இந்த வேலை பத்தாம் தேதிக்குள் முடிந்துவிடுமா?' என்று கேட்டால், அடுத்தவர், ஆமாம் என்று ஒப்புக்கொள்ளலாம் (1வது பதில்), அல்லது, இல்லை என்று மறுக்கலாம் (2வது பதில்), அல்லது 'விசாரித்துச் சொல்கிறேன்' என்று பதிலைத் தள்ளிப்போடலாம் (4வது பதில்). ஆசிரியர் 'இந்தியாவின் தலைநகரம் எது?' என்று கேட்டால், மாணவர் 'தில்லி' என்று பதில் சொல்லலாம் (3வது பதில்) அல்லது, 'எனக்குத் தெரியாது. இனிமேல் பாடத்தை ஒழுங்காகப் படிக்கிறேன்' என்று சொல்லலாம் (4வது பதில்).

யோசித்துப்பார்த்தால், நாம் எல்லாரும் எல்லாக் கேள்விகளுக்கும் இந்த நான்கில் ஒரு பதிலைத்தான் சொல்கிறோம். ஆனால், அதை உடனடியாகச் சொல்வதில்லை, கொஞ்சம் சுற்றி வளைத்துதான் இந்தப் பதில்களில் ஒன்றுக்கு வருகிறோம். சில நேரங்களில் அந்தச் சுற்றி வளைக்கும் விஷயங்களுக்கு நடுவில் இந்தப் பதில் ஒளிந்துகொள்கிறது. உண்மையில் நாம் என்ன சொல்லவருகிறோம் என்பதுகூட கேள்வி கேட்டவருக்குப் புரிவதில்லை.

அதனால்தான் அமேசான் இந்த நான்கு பதில்களையும் அழகாக வரையறுத்துவைத்திருக்கிறது. இந்தப் பதில்களில் ஒன்றைச் சொல்வதன்மூலம் குழப்பம் குறையும், கேட்கிறவர், பதில் சொல்கிறவர் இருவருக்கும் நேரம் மிச்சமாகும்.

ஆனால், ஒருவேளை, இந்தப் பதில் போதாவிட்டால்?

எடுத்துக்காட்டாக, நீங்கள் என்னிடம் ஒரு வேலையைக் கொடுக்கிறீர்கள், ‘இதை இரண்டு நாளில் செய்துவிடவேண்டும்’ என்று என்னிடம் சொல்கிறீர்கள். இரண்டு நாள் கழித்து நீங்கள் என்னிடம் வந்து ‘இந்த வேலை முடிந்துவிட்டதா?’ என்று கேட்கிறீர்கள். அப்போது நான் ‘இல்லை’ என்றுமட்டும் சொன்னால் (2வது பதில்) நீங்கள் ஏமாற்றமடைவீர்கள். ‘இல்லை. ஆனால், இன்னும் ஒருமணிநேரத்தில் முடித்துவிடுவேன்’ என்று சொன்னால்தான் அது முழுமையான பதில்.

நியாயம்தான். ஆனால் அந்த நேரத்திலும் உங்கள் பதில் ‘இல்லை’ என்ற சொல்லில்தான் தொடங்குகிறது என்பதைக் கவனியுங்கள். அதாவது, நீங்கள் சொல்லவேண்டிய பதில் எவ்வளவு நீளமாக இருந்தாலும் பரவாயில்லை. அதை இந்த நான்கு பதில்களில் ஏதேனும் ஒன்றிலிருந்து தொடங்குங்கள். அப்போது, கேள்வி கேட்டவருக்கும் உங்களுக்கும் இடையிலான தகவல் தொடர்பு தெளிவாக இருக்கும்.

ஆனால், பல நேரங்களில் நாம் என்ன செய்கிறோம்? ‘நீங்க என்கிட்ட வேலையைக் கொடுத்தீங்களா, அன்னிக்குன்னு பார்த்து ஊர்ல பயங்கர மழை. நான் டீ சாப்பிட வெளிய போனபோது குடை இல்லாம மழையில மாட்டிக்கிட்டு நல்லா நனைஞ்சுட்டேன். அப்ப என்கூட படிச்ச பழனிச்சாமி அங்க வந்தான். அவனோட அரட்டை அடிச்சதுல நேரம் ஓடினதே தெரியலை’ என்று

தொடங்கி நீளமாக ஒரு கதையைச் சொல்கிறோம். எதிரில் இருப்பவர், 'நான் கேட்ட கேள்விக்குப் பதில் எங்கய்யா?' என்று கடுப்பாகிறார்.

பச்சை மிட்டாய் 12: நம்மிடம் எந்தக் கேள்வி கேட்கப்பட்டாலும், ஆமாம், இல்லை என்று நேரடியாகப் பதில் சொல்வோம், அல்லது, ஒரு தரவைக் கொடுப்போம், அல்லது, எனக்குத் தெரியாது, விசாரித்துச் சொல்கிறேன் என்று ஒப்புக்கொள்வோம். அதன்பிறகு, மீதி விஷயங்களைப் பேசுவோம்.

★★★

பாகிஸ்தானின் புகழ் பெற்ற கிரிக்கெட் வீரர் வாசிம் அக்ரம் விளையாடத் தொடங்கிய நேரத்தில், தன்னுடைய அணி வீரர்கள்மீது மிகுந்த கடுப்பில் இருந்தார்.

ஏன்? அவர்கள் என்ன செய்தார்கள்?

ஒன்றும் செய்யவில்லை. அதுதான் அவருடைய பிரச்சனை.

அதாவது, வாசிம் அக்ரம் கஷ்டப்பட்டுப் பந்து வீசி மட்டை வீச்சாளர்களைத் தாக்குவார். அவர்கள் பதற்றத்தில் ஏதாவது தவறாக விளையாடுவார்கள். உடனே பந்து அவர்களுடைய மட்டையிலிருந்து விடுபட்டுப் பறக்கும். அந்தப் பந்தை அக்ரமுடைய அணி வீரர் யாராவது பிடிக்கவேண்டும். அப்போதுதான் அக்ரமுக்கு விக்கெட் கிடைக்கும். அந்த நேரத்தில் அவர்கள் ஒன்றும் செய்யாமல் சும்மா இருந்துவிட்டால், அதாவது, சரியாகச் செயல்படாமல் பந்தைக் கீழே நழுவவிட்டுவிட்டால், அக்ரமுடைய உழைப்பு மொத்தமும் வீண்.

அதுபோன்ற நேரங்களில் அந்த வீரர்கள் அக்ரமிடம் வந்து மன்னிப்பு கேட்பார்கள். ஆனால், அந்த மன்னிப்பை வைத்துக்கொண்டு என்ன செய்வது? அக்ரமுக்கு ஒரு விக்கெட் கிடைக்கும் வாய்ப்பு போய்விட்டதல்லவா?

இப்படி ஒன்று, இரண்டு இல்லை, நூற்றுக்கும் மேற்பட்ட விக்கெட்களை அக்ரம் இழந்திருக்கிறார், அதை எண்ணி மிகவும் வருந்தியிருக்கிறார்.

அதன்பிறகு, அவருக்கு ஓர் எண்ணம் வந்தது, 'எனக்கு விக்கெட் தேவை. அதைப் பெறுவதற்கு நான் ஏன் இன்னொருவரை நம்பியிருக்கவேண்டும்? தன் திறமையே தனக்குதவி என்று நானே சொந்தமாக விக்கெட்களை அள்ளிக்கொண்டால் இதுபோன்ற வருத்தத்துக்கு இடம் இருக்காதல்லவா?'

அதாவது, அக்ரம் மட்டைவீச்சாளர்களைத் தவறாக அடிக்கவைக்காமல், அவர்கள் அடிப்பதை யாராவது பிடிப்பார்கள் என்றெல்லாம் எதிர்பார்க்காமல், அவர்களுக்குப் பின்னால் இருக்கும் விக்கெட்களைக் குறிவைத்துத் தாக்கத் தொடங்கினார். அதன்மூலம் யாருடைய உதவியும் இல்லாமல் அவருக்கு விக்கெட்கள் கிடைத்துவிடும். அதன்பிறகு, மற்ற அணிவீரர்கள் பந்துகளைப் பிடிப்பதன்மூலம் கிடைக்கிற மற்ற விக்கெட்களெல்லாம் அவருக்கு போனஸ்தான்.

கிரிக்கெட் என்பது பலரும் சேர்ந்து விளையாடுகிற ஆட்டம். அணியில் ஒவ்வொருவரும் மற்றவருக்கு உதவினால்தான் எல்லாரும் வெல்வார்கள், அந்த அணியும் வெல்லும். அதே நேரம், பிறருடைய உதவியை எதிர்பார்க்காமல் நாமாக வெல்வதற்கான வழியும் நமக்குத் தெரிந்திருக்கவேண்டும். இல்லாவிட்டால் மற்றவர்கள் எப்படிச் செயல்படுகிறார்கள் என்பது நம்முடைய வெற்றியை, வளர்ச்சியைத் தீர்மானிக்கும். அது நமக்கு நல்லதில்லை.

நாம் செய்யவேண்டிய ஒரு வேலை சரியாகச் செல்லாதபோது, அதற்குப் பிறர்தான் காரணம் என்று நாம் எண்ணும்போது, அவர்களை நோக்கி விரல் நீட்டுவதற்குமுன்னால் ஒரு நிமிடம் யோசியுங்கள்: அவர்கள்மீது பிழை இருக்கலாம். ஆனால், அதைத் தாண்டி நீங்கள் என்ன செய்தீர்கள்? அவர்கள் நன்கு செயல்பட்டால்மட்டும்தான் நீங்கள் வெல்வீர்கள் என்றால் இதில் உங்களுடைய தனித்துவம் என்ன?

சிவப்பு மிட்டாய் 12: நம் வெற்றிக்குப் பிறரைச் சார்ந்திருக்கவேண்டாம். எல்லாருடனும் கைகோத்துச் செயல்படுவோம், அதே நேரம், தனித்து வெல்லவும் கற்றுக்கொள்வோம்.

★★★

அத்தியாயம் – 13

கூகுள் என்றால் இணையத்தில் தேடும் சேவை என்றுதான் நாம் எண்ணுகிறோம். ஆனால், கூகுள் மற்றும் அதன் இணை நிறுவனங்களிடமிருந்து மின்னஞ்சல், வரைபடம் (மேப்ஸ்), வீடியோ (யூட்யூப்), வலைப்பதிவுகள் (ப்ளாக்கர்) என்று இன்னும் பலப்பல சேவைகள் வருகின்றன, கோடிக்கணக்கானோரைச் சென்றுசேர்கின்றன.

ஆனால், இவையெல்லாம் ஒரே நாளில் தொடங்கப்பட்டவை இல்லை. பல ஆண்டுகளாகச் சிந்தித்து, திட்டமிட்டுக் கொஞ்சங்கொஞ்சமாக இவை திரட்டப்பட்டிருக்கின்றன. இந்தப் பட்டியலில் தோல்வியடைந்த சில சேவைகளும் உண்டு. ஆனால், பெரும்பாலான நேரங்களில், கூகுள் கைய வெச்சா, அது ராங்காப் போனதில்லை!

கூகுள் பெருந்தலைகள் எந்தச் சேவையில் முதலீடு செய்வது என்று எப்படித் தேர்ந்தெடுக்கிறார்கள்? ஒருவேளை, வெளி நிறுவனம் ஒன்று விற்பனைக்கு வருகிறது என்றால், அதை வாங்கலாமா வேண்டாமா என்று அவர்கள் எப்படித் தீர்மானிக்கிறார்கள்? எந்தச் சேவை அல்லது நிறுவனம் வெற்றியடையும், மக்களால் நன்கு வரவேற்கப்படும் என்று அவர்களுக்கு எப்படித் தெரியும்?

இந்தக் கேள்விக்கான பதில், டூத்பிரஷ் பரிசோதனை!

நாம் அனைவரும் காலை எழுந்ததும் முதலில் தேடும் பொருள் டூத்பிரஷ்தான். பற்களை நன்கு கவனித்துக்கொள்ளவேண்டும் என நாம் நாள்தோறும் பல் துலக்குகிறோம். இரவில் பல் துலக்கிவிட்டுத் தூங்கச்செல்லும் பழக்கம் பலருக்கு உண்டு. நடுவில் ஒவ்வொருமுறை சாப்பிட்டதும் பல் துலக்குகிறவர்கள்கூட இருக்கிறார்கள்.

ஆக, டூத்பிரஷ் என்பது அன்றாடம் பயன்படுத்தப்படுவது, அதைப் பயன்படுத்துகிறவர்களுடைய வாழ்க்கையை மேம்படுத்துவது. இந்த இரண்டு குணங்களும் உள்ள எந்தத் தயாரிப்பும் கண்டிப்பாக வெற்றியடையும் என்று கூகுளின் நிறுவனர்களில் ஒருவரான லாரி பேஜ் நம்பினார், அதைத் தன்னுடைய நிறுவனத்தில் எல்லாருக்கும் கற்றுத்தந்தார், தொழில் தீர்மானங்களை எடுக்கும்போது அந்த அடிப்படையில் சிந்திக்கச் சொன்னார்.

எடுத்துக்காட்டாக, ஜிமெயில் எனப்படும் கூகுளின் மின்னஞ்சல் சேவையை நாம் நாள்தோறும் பயன்படுத்துகிறோம், அதன்மூலம் தனிப்பட்ட, தொழில் உறவுகளை வளர்த்துக்கொள்கிறோம், அது நம் வாழ்க்கையை மேம்படுத்துகிறது. அதனால், அது டூத்பிரஷ் பரிசோதனையில் வெற்றி பெறுகிறது!

இதுபோல, நம்மைச் சுற்றியிருக்கும் வெற்றிகரமான பல தயாரிப்புகளை எடுத்துக்கொண்டு அவற்றை டூத்பிரஷ் பரிசோதனைக்கு உட்படுத்திப்பார்க்கலாம், நாள்தோறும் பயன்படுவது, வாழ்க்கையை மேம்படுத்துவது ஆகிய இரண்டு விஷயங்களிலும் டிக் அடிக்கப்பட்ட தயாரிப்புகள், சேவைகள் பெரிய அளவில் வெற்றிபெறுவதை உணரலாம்.

டூத்பிரஷ் பரிசோதனையை நிறுவனங்கள்தான் பயன்படுத்தவேண்டும் என்று கட்டாயமில்லை. நம்மைப்போன்ற தனி நபர்களும் ஏதாவது ஒரு புதிய விஷயத்தைக் கற்றுக்கொள்வதற்குமுன் இந்த இரண்டு கேள்விகளையும் கேட்கலாம்: இந்தத் திறமையைக் கற்றுக்கொண்டால் நான் இதை நாள்தோறும் பயன்படுத்துவேனா? அப்படிப் பயன்படுத்துவதன்மூலம் என் வாழ்க்கை மேம்படுமா? இந்த இரண்டு கேள்விகளுக்கும் 'சரி' என்று பதில் வந்தால் அந்தக் கற்றுக்கொள்ளலில் முதலீடு செய்யலாம். இல்லையென்றால், 'எனக்கு ஆர்வமில்லை' என்று விலகிவிடலாம்.

பச்சை மிட்டாய் 13: அன்றாடம் பயன்படுத்துகிற, அதன்மூலம் நம் வாழ்க்கையை மேம்படுத்துகிற டூத்பிரஷ் வகைத் திறமைகளைத் தேடிச் செல்வோம், அவற்றில் நம் நேரத்தை, உழைப்பை முதலீடு செய்வோம்.

★★★

நீங்கள் ஒரு வேலைக்கு விண்ணப்பம் போடுகிறீர்கள். அந்த நிறுவனம் உங்களை நேர்முகத்தேர்வுக்கு (இன்டர்வ்யூ) அழைக்கிறது. நீங்களும் ஆர்வத்துடன் நன்கு தயார் செய்துகொண்டு செல்கிறீர்கள். ஆனாலும் உங்களுக்குள் ஒரு பதற்றம், எல்லாம் நல்லபடியாக நடக்கவேண்டுமே என்கிற கவலையுடன் உள்ளே நுழைகிறீர்கள்.

இன்டர்வ்யூ எடுக்கப்போகிறவர் புன்னகையுடன் உங்களை வரவேற்கிறார், 'நீங்க ரொம்பப் பதற்றமா இருக்கறமாதிரி தெரியுது?' என்கிறார் சிரித்தபடி.

இப்போது, நீங்கள் அவருக்கு என்ன பதில் சொல்வீர்கள்? 'ஆமாம், நான் பதற்றமாகத்தான் உள்ளேன்' என்று ஒப்புக்கொள்வீர்களா? அல்லது, 'இல்லை, நான் ரொம்பத் தன்னம்பிக்கையோட இருக்கேன்' என்று பொய் சொல்வீர்களா?

பெரும்பாலானோர் தங்களுடைய பலவீனத்தை ஒப்புக்கொள்ளத் தயங்குவார்கள். அதனால், உள்ளுக்குள் பதற்றம் இருந்தாலும் அதை மறைத்துத் தன்னம்பிக்கையுடன் இருப்பதுபோல் நடிப்பார்கள். அப்படி நடிப்பதன்மூலம் உண்மையான தன்னம்பிக்கை வந்துவிடும் என்று சொல்கிறவர்களும் உண்டு.

நாம் பதற்றத்துடன் இருக்கிறோம் என்பதை ஒப்புக்கொள்வதும் தன்னம்பிக்கைதான் என்கிறார் புகழ் பெற்ற தகவல்தொடர்பு வழிகாட்டி, பயிற்சியாளர் ராப் டி. வில்லிஸ். அதாவது, நம்முடைய பதற்றத்தை மறைக்காமல் வெளிப்படுத்துவதன்மூலம் நமக்குத் தேவையான தன்னம்பிக்கையைப் பெற இயலும். ஏனெனில்:

1. நம்முடைய குறைபாட்டை, அதாவது, நாம் பதற்றத்துடன் உள்ளோம் என்பதை ஒப்புக்கொள்வதன்மூலம், நாம் நம்முடைய பணிவை வெளிக்காண்பிக்கிறோம். அதனால், எதிரில் உள்ளவர் நம் பக்கத்தில் வந்துவிடுகிறார், 'என்னங்க பெரிய பதற்றம்? உட்காருங்க, ஒரு காஃபி சாப்பிடுங்க' என்று நம்மை ஊக்கப்படுத்துகிறார்,

நம்மைப்பற்றி விசாரித்து, நகைச்சுவைத் துணுக்குகளைச் சொல்லி நம்மை இயல்புக்குக் கொண்டுவந்து, அதன்பிறகு இன்டர்வ்யூவைத் தொடங்குகிறார். அதாவது, நம் வெற்றிக்கு அவரும் சேர்ந்து உழைக்கிறார்.

2. ஒருவர் தன்னுடைய துறையில் எப்பேர்ப்பட்ட திறமையாளராக இருந்தாலும், எனக்கும் பதற்றம் வரும் என்று ஒப்புக்கொள்கிறபோது அவர் சூப்பர்மேன்/சூப்பர்வுமனாக அல்லாமல் இயல்பான மனிதராகத் தோன்றுகிறார். 'அட, இவரும் நம்மைமாதிரிதான்' என்று மற்றவர்கள் அவரைப்பற்றி எண்ணுகிறார்கள், தாங்கள் இதேபோல் இருந்த சூழ்நிலைகளை எண்ணிப்பார்க்கிறார்கள், அவர்மீது அக்கறையைக் காண்பிக்கிறார்கள். இதனால், மற்றவர்களுடன் அவருக்கு ஓர் இயல்பான பிணைப்பு உண்டாகிறது.

3. முக்கியமாக, உள்ளுக்குள் இருக்கும் பதற்றத்தை வெளியில் சொல்லாமல் மறைத்து வைக்க வைக்க, அழுத்தம்தான் பெருகும். 'ஆமாம், எனக்குப் பதற்றமா இருக்கு' என்று வாயைத் திறந்து ஒப்புக்கொண்டுவிட்டால், சட்டென்று ஒரு பெரிய சுமை விலகியதுபோன்ற உணர்வு உண்டாகும். அதன்பிறகு, நாம் இயல்பாகப் பேசத் தொடங்கிவிடுவோம், நம்முடைய வழக்கமான திறமைகள் நன்கு வெளிப்படும்.

இவையெல்லாம் இன்டர்வ்யூவுக்கு மட்டுமில்லை, புதிதாக ஒருவருடன் பழகுதல், மேடையேறிப் பேசுதல் என்று பல சூழ்நிலைகளில் உதவக்கூடிய உண்மைகள். நமக்குள் தன்னம்பிக்கை குறைவாக உள்ளபோது, 'நான் தெம்பாதான் இருக்கேன்' என்று பந்தாவாகச் சொல்லி நம்மை நாமே ஏமாற்றிக்கொள்ளாமல், 'கொஞ்சம் உதறலாத்தான் இருக்கு' என்று உண்மையைச் சொன்னால், உலகத்தின் ஆதரவு நமக்குக் கிடைக்கும்.

சிவப்பு மிட்டாய் 13: இல்லாத தன்னம்பிக்கையைப் பொய்யாக வெளிப்படுத்தவேண்டாம். நம்மிடம் தன்னம்பிக்கை குறைவாக உள்ளபோது அதை ஒப்புக்கொள்வோம், சரிசெய்யும் வழிகளைத் தேடுவோம்.

★★★

அத்தியாயம் – 14

'ஒரு நேரத்தில் இரண்டு முயல்களைத் துரத்துகிறவன் இரண்டையும் பிடிக்கமாட்டான்' என்று ஆங்கிலத்தில் ஒரு பொன்மொழி உண்டு. அதாவது, ஒரே நேரத்தில் இரண்டு பணிகளில் கவனம் செலுத்தினால் இரண்டையும் நம்மால் சிறப்பாகச் செய்ய இயலாது. அதற்குப்பதிலாக, ஒன்றில்மட்டும் கவனத்தைக் குவித்து, அதைச் சிறப்பாகச் செய்துவிட்டு அடுத்த பணிக்குச் செல்லலாம்.

பொன்மொழியாகக் கேட்கும்போது இது நன்றாகத்தான் உள்ளது. ஆனால், எதார்த்தத்தில்? ஒரு நேரத்தில் இரண்டு என்ன, பத்துப் பதினைந்து முயல்களைத் துரத்தவேண்டியதுதான் இன்றைய உலகத்தின் எதிர்பார்ப்பாக இருக்கிறது.

ஆங்கிலத்தில் இதை *Multitasking* என்கிறார்கள். மாணவர்கள், வேலைக்கான நேர்முகத் தேர்வுக்குச் செல்கிறவர்கள், ஏற்கெனவே ஒரு பணியில் இருந்துகொண்டு முன்னேறத் துடிப்பவர்கள் என எல்லாருக்கும் இந்தக் கலை தெரிந்திருக்கவேண்டும் என்கிறார்கள். யாரெல்லாம் மல்ட்டிடாஸ்க்கிங் செய்கிறார்களோ அவர்கள் பிறருக்கு எடுத்துக்காட்டாகச் சுட்டிக்காட்டப்படுகிறார்கள், 'அவரைப் பாரு, ஒரே நேரத்துல நாலு வேலை பண்ணறார், எல்லாத்தையும் நல்லாவும் செய்யறார். நீயும் அதைக் கத்துக்கோ!'

ஆனால், உண்மையில் நம்மால் ஒரு நேரத்தில் இரண்டு, மூன்று வேலைகளைச் செய்யமுடியாது என்றுதான் அறிவியல் சொல்கிறது. அதாவது, மனித மூளையால் ஒரு நேரத்தில் ஒரு வேலையில்தான் கவனம் செலுத்த இயலுமாம்.

அப்படியானால், தாங்கள் மல்ட்டிடாஸ்க்கிங் செய்வதாகச் சொல்கிறவர்களெல்லாம் பொய் சொல்கிறார்களா?

இல்லை. அவர்கள் பல வேலைகளைச் செய்வது உண்மைதான். ஆனால், அவை அனைத்தையும் ஒரே நேரத்தில் செய்வதில்லை. இந்த வேலையில் கொஞ்சம், சட்டென்று அந்தப் பக்கம் போய் அந்த வேலையில் கொஞ்சம், பின்னர் இன்னொரு பக்கம் போய் வேறொரு வேலையில் கொஞ்சம் என அதிவிரைவாக மாறுகிறார்கள். இப்படி அனைத்தையும் கொஞ்சங்கொஞ்சமாகச் செய்துவிடுகிறார்கள். நமக்கு அது ஒரே நேரத்தில் பல வேலைகளைச் செய்வதுபோல் தெரிகிறது.

இப்படி நாம் அங்குமிங்கும் மாறி மாறி வேலை செய்வதால் தொடர்ந்து பல பணிகளைச் செய்ய இயலுவது உண்மைதான். ஆனால், இதன்மூலம் நாம் கவனக்கூர்மையை இழக்கிறோம், முக்கியமான வேலைகளில் தொடர்ந்து ஐந்து நிமிடம் கவனத்தைச் செலுத்த இயலாமல் தடுமாறுகிறோம், திறமை இருந்தும் அதைச் சரியாகச் செயல்படுத்த இயலாமல் தவிக்கிறோம்.

I/O Coaching என்ற பயிற்சி நிறுவனத்தின் தலைவரான நிக்கி கோல்ட்மன் இதைச் சமாளிப்பதற்கு ஒரு நல்ல வழி சொல்கிறார், 'நீங்கள் எந்த வேலையில் மிகுந்த கவனம் செலுத்த விரும்புகிறீர்களோ, அதைப்பற்றி நான்கு நிமிடத்துக்கு ஏதாவது எழுதுங்கள்' என்கிறார்.

அதாவது, நாம் செய்ய விரும்பும் வேலையைப்பற்றித் தாளிலோ செல்ஃபோனிலோ கணினியிலோ நான்கு நிமிடங்களுக்கு எழுதவேண்டும். இதைத்தான் எழுதவேண்டும், இப்படித்தான் எழுதவேண்டும் என்றெல்லாம் எந்தக் கட்டாயமும் இல்லை. என்ன மனத்தில் வருகிறதோ அதை எழுதவேண்டும். அந்த நான்கு நிமிடங்கள் வேறு எதைப்பற்றியும் சிந்திக்கக்கூடாது.

நான்கு நிமிடத்தின் நிறைவில் நம்மிடம் இருக்கும் தாளில் பல விஷயங்கள் எழுதப்பட்டிருக்கும். அவை நம்முடைய அந்த

முக்கியமான வேலைக்குப் பயன்படலாம், பயன்படாமலும் போகலாம். ஆனால், இந்தப் பயிற்சியின்மூலம் நம் மனம் பல வேலைகளில் அங்கும் இங்கும் தடுமாறாமல் நான்கு நிமிடம் ஒரே ஒரு பிரச்சனையைப்பற்றிச் சிந்தித்திருக்கிறது. அதைப் பயன்படுத்திக்கொண்டு நாம் அந்த வேலையில் கவனம் செலுத்தத் தொடங்கலாம்.

பொதுவாக, நம்மிடம் வரும் எல்லா வேலைகளையும் ஒரேமாதிரி மதிக்காமல், அவற்றுள் முக்கியமானவற்றுக்கு உரிய கவனத்தைத் தரவேண்டும். மற்றவற்றை அதிவிரைவாக மாற்றி மாற்றிச் செய்யலாம், பிரச்சனையில்லை. ஆனால் முக்கியமானவற்றை முன்னால் வைத்துக்கொண்டு மனத்தை அங்குமிங்கும் ஓட விடக் கூடாது!

பச்சை மிட்டாய் 14: முக்கியமான வேலைகளைச் செய்யுமுன் கவனக்கூர்மையை வளர்த்துக்கொள்வோம். அதற்கு, அந்த வேலையைப்பற்றி நான்கு நிமிடங்கள் ஏதாவது எழுதுவோம்.

★★★

சமீபத்தில் எனக்கு நிதி மேலாண்மைபற்றி ஓர் ஐயம் எழுந்தது. அந்தத் துறையில் வல்லுனரான என்னுடைய நண்பர் ஒருவரிடம் அதைப்பற்றிக் கேட்டேன். நான் கேட்ட விஷயம் அவருக்குத் தெரிந்திருக்கவில்லை. அதனால், ஒரு ஃபேஸ்புக் குழுமத்தின் இணைப்பை எனக்கு அனுப்பினார், 'இந்தக் குழுவில் நிதி மேலாண்மையைப்பற்றிப் பலரும் பேசிவருகிறார்கள். நீங்கள் இங்கு உங்களுடைய கேள்வியைக் கேளுங்கள். யாராவது ஒருவர் பதில் சொல்வார்.'

நான் என்னுடைய நண்பருக்கு நன்றி தெரிவித்துவிட்டு அந்தக் குழுவுக்குள் நுழைந்தேன். அங்கு என்னுடைய கேள்வியைப் பதிவுசெய்தேன்.

சில விநாடிகளுக்குப்பிறகு, அந்தக் குழுவின் நிர்வாகி ஒருவர் என்னைத் தொடர்புகொண்டார், 'நீங்கள் கேட்ட விஷயத்தை நாங்கள் பல மாதங்களுக்குமுன்னால் பேசியிருக்கிறோம்' என்று ஓர் இணைப்பைக் கொடுத்தார். அங்கு என்னுடைய ஐயத்துக்கான தெளிவான விளக்கம் இருந்தது.

அதன்பிறகு, அரை மணிநேரம் செலவிட்டு அந்தக் குழுவில் உள்ள பதிவுகளை மேலோட்டமாகப் புரட்டிப்பார்த்தேன். கடந்த சில ஆண்டுகளில் இதுபோல் ஏராளமான தலைப்புகளில் அவர்கள் விரிவாக உரையாடியிருப்பது தெரிந்தது, அங்கிருந்து பல பயனுள்ள விஷயங்களைக் கற்றுக்கொண்டேன்.

அப்போதுதான் எனக்கு ஓர் உண்மை புரிந்தது. அந்தக் குழுவில் நுழைந்ததும் நான் என்னுடைய கேள்வியைக் கேட்டதற்குப்பதிலாக, அப்போதே அங்குள்ள விஷயங்களை இப்படித் தேடிப்பார்த்திருந்தால், உடனடியாக என் ஐயம் தீர்ந்திருக்கும். இன்னொருவர் எனக்கென அந்த இணைப்பைத் தேடி அனுப்பவேண்டிய கட்டாயம் ஏற்பட்டிருக்காது.

இன்றைய உலகில் இதுபோல் டிஜிட்டல் தகவல் களஞ்சியங்கள் ஏராளமாக உள்ளன. அங்கெல்லாம் நாம் கேள்வி கேட்பதற்குமுன்னால் தேடக் கற்றுக்கொள்ளவேண்டும். பல இணையதளங்களில் *FAQ (Frequently Asked Questions,* அடிக்கடி கேட்கப்படும் கேள்விகள்*)* என்று சில கேள்விகள், பதில்களைப் பட்டியலிடுவார்கள். அதுபோல, *AAQ (Already Asked Questions,* ஏற்கெனவே கேட்கப்பட்ட கேள்விகள்*), ADT (Already Discussed Topics,* ஏற்கெனவே விவாதிக்கப்பட்ட தலைப்புகள்*)* ஆகியவற்றையும் நாம் கவனத்தில் கொள்ளவேண்டும். அதன்மூலம் நம் தேடல் விரைவாகும், விளக்கம் விரைவாகக் கிடைக்கும், வல்லுனர்களுடை நேரத்தை வீணடிக்காமல் நிறையக் கற்றுக்கொள்வோம். அறிவு பன்மடங்கு வளரும்.

சிவப்பு மிட்டாய் 14: எடுத்தவுடன் கேள்வி கேட்கவேண்டாம். ஏற்கெனவே கேட்கப்பட்டுள்ள கேள்விகள், பதில்களைச் சற்று புரட்டினால் நாம் ஏராளமாகக் கற்றுக்கொள்ளலாம்.

★★★

அத்தியாயம் – 15

இலையில் காய்கறிகளும் இனிப்பும் பரிமாறப்பட்டிருந்தால், பெரும்பாலானோருடைய கைகள் இனிப்பை நோக்கித்தான் செல்லும். குறிப்பாக, குழந்தைகள் இனிப்பை நிறையச் சாப்பிட்டுவிட்டுக் காய்கறிகளை ஒதுக்கிவிடுவதுண்டு.

அதனால், பெற்றோர் குழந்தைகளுக்கு ஓர் 'இக்கு' வைப்பார்கள். 'நீ முதல்ல காய்கறிகளைச் சாப்பிட்டாத்தான் இனிப்பு.'

இதன் பொருள், குழந்தைகள் விரும்பிச் சாப்பிடாத, ஆனால், அவர்களுடைய உடலுக்கு நன்மையைச் செய்கிற காய்கறிகளை முதலில் உண்ணவேண்டும். அதன்பிறகுதான் அவர்கள் விரும்பிச் சாப்பிடுகிற இனிப்பைத் தொடமுடியும். அப்போது, காய்கறிகளை அவர்கள் ஏற்கெனவே உண்டிருப்பதால், இனிப்பை அளவுக்கு மீறிச் சாப்பிட்டு உடலைக் கெடுத்துக்கொள்கிற ஆபத்து குறைந்துவிடும்.

பெற்றோர் குழந்தைகளிடம் பின்பற்றுகிற இந்தத் தந்திரத்தைப் பெரியவர்களும் தங்களுடைய வேலைப் பழக்கங்களை மேம்படுத்தப் பயன்படுத்திக்கொள்ளலாம். எடுத்துக்காட்டாக, ரிச் வெப்ஸ்டர் என்ற வடிவமைப்பாளர், தொழில்முனைவோர் சொல்லும் இந்த உத்தியைப் பாருங்கள்:

நீங்கள் முக்கியமான ஒரு வேலையைத் தொடங்குமுன், ஒரு லிட்டர் பாட்டிலில் தண்ணீர் எடுத்துவைத்துக்கொள்ளுங்கள். சிறிது தண்ணீர் குடித்துவிட்டு வேலையைத் தொடங்குங்கள்.

சில நிமிடங்களுக்குப்பிறகு, உங்களுக்கு ஒரு தொலைபேசி அழைப்பு வருகிறது. பேசிவிட்டு வேலையைத் தொடரலாம் என்று நினைக்கிறீர்கள்.

ம்ஹூம், அதற்கு உங்களுக்கு அனுமதியில்லை. ஏனெனில், இப்போது உங்களுக்கு இரட்டை 'இக்கு' வைக்கப்பட்டிருக்கிறது: ஒன்று, நீங்கள் எடுத்திருக்கிற வேலையை நிறைவுசெய்யவேண்டும், அல்லது, எடுத்துவைத்திருக்கிற ஒரு லிட்டர் தண்ணீரையும் குடித்துமுடிக்கவேண்டும். இந்த இரண்டில் ஏதேனும் ஒன்றைச் செய்தால்தான் நீங்கள் மற்ற எந்த வேலையிலும் ஈடுபடலாம்.

ஒருவேளை, நீங்கள் முதல் வாய்ப்பைத் தேர்ந்தெடுத்தால், உங்களிடம் இருக்கும் முக்கியமான வேலையை எந்தக் கவனச்சிதறலும் இல்லாமல் சிறப்பாகச் செய்துவிடுவீர்கள். இரண்டாவது வாய்ப்பைத் தேர்ந்தெடுத்தால், உங்களுடைய உடலின் சிறப்பான செயல்பாட்டுக்குத் தேவையான கூடுதல் தண்ணீரைக் குடித்துவிடுவீர்கள், *Dehydration* எனப்படும் நீரிழப்பு ஆபத்திலிருந்து தப்புவீர்கள். எப்படிப் பார்த்தாலும் உங்களுக்கு நன்மைதான்.

நான் இந்த அத்தியாயத்தை எழுதுமுன் ஒரு லிட்டர் தண்ணீர் பாட்டிலை நிரப்பிக்கொண்டேன். பாதி அத்தியாயம்தான் எழுதியுள்ளேன், தண்ணீரும் 350 மிலி-தான் காலியாகியுள்ளது. அதனால், அத்தியாயத்தைத் தொடர்ந்து எழுதுகிறேன்.

இப்படிக் கட்டாயத்தால் ஒரு வேலையைச் செய்வது உண்மையில் தவறுதான். நாமாக விரும்பிதான் அதைச் செய்யவேண்டும். ஆனால், நாம் சிறுவயதிலிருந்து காய்கறிகளை (அதாவது, வேலையை) ஒதுக்கவும் இனிப்பை (அதாவது, கவனச்சிதறல்களை) விரும்பவும் பழகிவிட்டோம். அதிலிருந்து நம்மைப் பிடித்து இழுத்து வெளியேற்றுவதற்கு இதுபோன்ற உத்திகள் பயன்படுகின்றன.

அத்துடன், நம் வாழ்க்கையில் எவையெல்லாம் காய்கறிகள் (நல்லவை, ஆனால், நாம் உடனடியாகச் செய்யத் தயங்குகிறவை), எவையெல்லாம் இனிப்புகள் (சற்றுக் கெடுதலானவை, ஆனால், நாம் விரும்பிச் செய்கிறவை) என்றும் சிந்திக்கலாம். இவற்றுள் முதல் வகையைக் கூடுதலாக்கி இரண்டாம் வகையைக் குறைத்தால் நன்மை கிடைக்கும்.

பச்சை மிட்டாய் 15: நம் காய்கறிகளையும் இனிப்புகளையும் புரிந்துகொள்வோம். காய்கறிகளைச் சாப்பிட்டபின் (முக்கியமான பணிகளைச் செய்தபின்) இனிப்புகளுக்கு (கவனச்சிதறல்கள், பொழுதுபோக்குகளுக்கு) இடம் கொடுப்போம்.

★★★

ஒரு புதிய நிறுவனம் அல்லது குழுவில் சேர்கிறீர்கள். உடனடியாக உங்கள் வேலையைத் தொடங்கிவிடுகிறீர்களா?

உங்களுக்கு அப்படித் தோன்றலாம். ஆனால், உண்மையில், நீங்கள் ஒரு புதிய இடத்தில் சேர்வதற்கும் பணியைத் தொடங்குவதற்கும் நடுவில் ஒரு முக்கியமான கட்டம் இருக்கிறது: சூழ்நிலையைப் புரிந்துகொள்ளுதல்.

ஏனெனில், இதற்குமுன் நீங்கள் இருந்த குழு வேறு, அங்கிருந்த மனிதர்கள் வேறு, அவர்களுடைய எதிர்பார்ப்புகள் வேறு. இங்குள்ளவர்கள் அதிலிருந்து முற்றிலும் மாறுபட்டிருக்கலாம். அல்லது, இவர்களும் அதேபோன்ற எதிர்பார்ப்புகளைக் கொண்டிருக்கலாம். பல நேரங்களில் உண்மை இந்த இரண்டுக்கும் நடுவில் இருக்கும். அதைப் புரிந்துகொண்டு அதற்கேற்ப செயல்பட்டால்தான் உங்களுக்கு வெற்றி கிடைக்கும்.

அதனால், நீங்கள் சில கேள்விகளை உங்களுக்குள் எழுப்பிக் கொள்கிறீர்கள். உங்களைச் சுற்றிலும் நடக்கிறவற்றைக் கவனித்து அந்தக் கேள்விகளுக்குப் பதில் சொல்ல முனைகிறீர்கள்:

1. இங்கு தலைவர் யார்? நான் யாரை முதன்மையாக மதிக்கவேண்டும்?
2. இங்கு யாராவது ஒரு விஷயத்தைச் சொன்னால், அது எனக்குப் பிடிக்காவிட்டால், நான் அதை விமர்சித்து என்னுடைய மாற்றுக் கருத்துகளைச் சொல்லலாமா? அல்லது, சும்மா தலையாட்டுகிறவர்களைத்தான் இந்தக் குழு எதிர்பார்க்கிறதா?
3. இந்தச் சூழலில் உள்ள எழுதப்படாத, ஆனால், நான் பின்பற்றவேண்டிய விதிமுறைகள் என்ன?

இதுபோன்ற அலசல்களை *Status Management* (நிலை மேலாண்மை) என்று அழைக்கிறார் தொழில்துறை வல்லுனரும் எழுத்தாளருமான மைக் சல்லிவன். இதன் பொருள், ஒரு புதிய குழுவில் இருக்கிறவர்

அங்கு தன்னுடைய இடம் என்ன என்பதைக் கண்டறிவதற்காகச் செய்யும் ஆய்வுகள், சிந்தனைகள், முயற்சிகள்.

இந்தக் கேள்விகள் நமக்கு இயல்பானவையாக, தேவையானவையாகத் தோன்றலாம். ஆனால், ஒவ்வொரு புதிய குழுவுடன் பணியாற்றும்போதும் நாம் இந்தக் கேள்விகளைக் கேட்டுக்கொண்டு தயங்கி நின்றுகொண்டிருந்தால் எவ்வளவு நேரம் வீணாகும் என்று யோசியுங்கள்.

குழந்தைகள் புதிய குழுக்களில் சேரும்போது இதுபோன்ற கேள்விகளையெல்லாம் கேட்பதில்லை என்கிறார் மைக் சல்லிவன். அதாவது, அவர்கள் யார் பெரிய ஆள், என்ன செய்யவேண்டும், எதைச் செய்யக்கூடாது என்றெல்லாம் சிந்தித்துக்கொண்டிருக்காமல் அடுத்து என்ன செய்யவேண்டும் என்பதைத்தான் கவனிக்கிறார்கள், இயல்பாகக் குழுவில் இணைந்து செயல்படுகிறார்கள், 'நான் இப்படிச் சொன்னால் அல்லது இதைச் செய்தால் யார் என்ன நினைப்பார்களோ?' என்ற கவலை இல்லாதபோது, அவர்களுடைய இயல்பான செயல்பாட்டுக்குத் தடைகளும் இருப்பதில்லை.

இந்தச் சிந்தனையை நாம் குழந்தைகளிடமிருந்து கற்றுக்கொள்ளலாம். இது சரியா, அது சரியா என்றெல்லாம் மிகவும் சிந்தித்துத் தயங்கிக்கொண்டிருக்காமல் வேலையைத் தொடங்கினால் சரி, தவறு எல்லாம் புரியத் தொடங்கிவிடும்.

அதேபோல், நம் குழுவில் புதிதாக நுழைகிற ஒருவர் இங்குள்ள வழக்கத்துக்கு மாறாக எதையாவது செய்தால், சட்டென்று அவரைத் தவறாக எண்ணவேண்டியதில்லை. யார் கண்டது? ஒருவேளை, அவர் செய்வது மிகச் சரியாகவும் இருக்கலாம், நாம் இத்தனை நாட்களாக அந்தக் கோணத்தில் சிந்திக்காமல் இருந்திருக்கலாம். இப்படி எல்லாரும் திறந்த மனத்துடன் புதியவர்களை அணுகினால், எந்தக் குழுவிலும் *Status Management*ல் நேரம் வீணாகாது.

சிவப்பு மிட்டாய் 15: புதிய சூழல்களில் எது சரி, எது தவறு என்று சிந்தித்துத் தயங்கி நேரத்தை வீணடிக்கவேண்டாம். இயல்பாகப் பணியைத் தொடங்குவோம், அதன்மூலம் சரியான, தவறான வழிகளைக் கற்றுக்கொள்வோம்.

★★★

அத்தியாயம் – 16

ஒருவருக்கு இரவில் தூக்கம் சரியாக வரவில்லை. அதனால், பகலில் நாள்முழுக்கச் சோர்வாக இருக்கிறார், வேலைகளைச் சரிவரச் செய்ய இயலாமல் சிரமப்படுகிறார்.

அவருடைய குடும்பத்தினர் அவரைச் சிறப்பு மருத்துவர் ஒருவரிடம் அழைத்துச்செல்கிறார்கள். அந்த மருத்துவர் அவரைப் பலவிதமாகப் பரிசோதித்துச் சில மருந்துகளைக் கொடுக்கிறார், ஓரிரு வாழ்க்கைமுறை மாற்றங்களையும் சொல்கிறார்.

அத்துடன், ஃபேஸ்புக், டுவிட்டர், வாட்ஸாப், யூட்யூபில் தூக்கத்தை மேம்படுத்துவதுபற்றி அவர் பல விஷயங்களைப் படிக்கிறார். அவற்றையும் ஒவ்வொன்றாக முயன்றுபார்க்கிறார்.

ஆனால், படுக்கையை மாற்றுவது, மெத்தையை விட்டுப் பாயில் உறங்குவது, தலையணை இல்லாமல் தூங்குவது, தூங்குவதற்குமுன் குளிப்பது, இனிமையான இசையைக் கேட்பது, புத்தகம் படிப்பது என்று எத்தனையோ முயற்சிகளுக்குப்பிறகும், அவருடைய தூக்கத்தில் சிறிய முன்னேற்றமும் இல்லை. முன்புபோல் இரவுமுழுக்கத் தூக்கமின்றிச் சிரமப்பட்டுக்கொண்டுதான் இருக்கிறார்.

இதைக் கேள்விப்பட்ட அவருடைய நண்பர் ஒருவர் அவரிடம் சொல்கிறார், 'உன்னோட பிரச்சனை தூங்கறதுல இல்லை, அதுக்குமுன்னாடி இருக்குன்னு எனக்குத் தோணுது.'

அதாவது, தூக்கத்தில் பிரச்சனை என்றதும் படுக்கை, மெத்தை, தலையணை என்று ஆராய்ந்துகொண்டிருந்தால் போதாது. ஒரு படி பின்னால் சென்று, ஒட்டுமொத்த நாளையும் கவனிக்கவேண்டும். அங்குள்ள வேறு ஒரு பிரச்சனை தூக்கத்தைப் பாதிக்கிறதா என்று பார்த்து அதைச் சரிசெய்யவேண்டும். அதன்பிறகு, தூக்கம் தானாகச் சரியாகிவிடும். அதை விட்டுவிட்டுத் திரும்பத் திரும்பத் தூக்கத்தைமட்டும் கவனித்துக்கொண்டிருந்தால் என்ன பயன்?

எடுத்துக்காட்டாக, இந்த நபருக்கு அலுவலகத்தில் வேலைப் பளு மிகுதியாகிவிட்டது. அதனால் அவர் பெரும் அழுத்தத்தில் இருக்கிறார். எந்நேரமும் அதைப்பற்றியே நினைத்துக்கொண்டிருப்பதால் தூக்கம் பாதிக்கப்பட்டிருக்கிறது. இப்போது வேலைப்பளுவைச் சரிசெய்தாலன்றி அவருடைய தூக்கப் பிரச்சனை தீராது.

கிறிஸ் போய்ட்ச்சர் என்பவர் புகழ் பெற்ற நலப் பராமரிப்பு வல்லுனர், வழிகாட்டி, ஓடுவதில் ஆர்வம் கொண்டவர். அவர் தன்னுடைய பல்லாண்டு உடற்பயிற்சி, ஓட்ட அனுபவத்திலிருந்து நமக்குத் தருகிற ஓர் உதவிக் குறிப்பு, ‘பெரும்பாலான நேரங்களில் வலி ஏற்படுகிற இடமும் அதற்குக் காரணமான இடமும் ஒன்றாக இருப்பதில்லை.’

ஓடும்போது அல்லது உடற்பயிற்சி செய்யும்போது உங்களுடைய கால் வலிக்கிறது என்றால், அதைமட்டும் அக்கறையாகக் கவனித்துப் பயன் இல்லை. அந்த வலிக்கான காரணம் வேறோர் இடத்தில் இருந்தால், நீங்கள் செய்கிற அனைத்தும் தோற்றுப்போகும்.

இதன் பொருள், நாம் வலியை, அது உண்டாகும் இடத்தைத் தனியாகப் பார்க்கக்கூடாது, உடலை முழுமையாகப் பார்த்துச் செய்யவேண்டியதைச் செய்தால் வலி தானாகத் தீரும். மேற்சொன்ன நபரின் வேலைப்பளுவைச் சரிசெய்ததும் அவருடைய தூக்கப் பிரச்சனை தானாகத் தீர்வதுபோல.

அதேபோல், நாம் செய்கிற நல்ல விஷயங்களும் அதற்குத் தொடர்பில்லாத வேறு இடத்தில் பலன் கொடுக்கக்கூடும். எடுத்துக் காட்டாக, நீங்கள் படிக்கும் பழக்கத்தை வளர்த்துக்கொண்டால், அதன்மூலம் உங்கள் சிந்தனை தெளிவாகும், பிரச்சனைகளைக் கூர்மையாக ஆராய்ந்து தீர்வுகளைக் கண்டறிவீர்கள். இவையெல்லாம் படிப்பின்மூலம் கிடைக்கிற மறைமுகப் பலன்கள்.

சுருக்கமாகச் சொல்வதென்றால், எதுவும் தனித்தனியாக இல்லை, எல்லாம் இணைந்துதான் இருக்கின்றன. அந்த முழுமையான பார்வைதான் நமக்கு வேண்டும்.

பச்சை மிட்டாய் 16: பார்வையை, மனத்தை அகலமாக்குவோம். எந்தப் பிரச்சனையையும் சற்று விலகி நின்று அலசி முழுமையான தீர்வுகளைத் தேடுவோம்.

★★★

நீங்கள் வார நாட்களில் தூங்குவதும் சனிக்கிழமை, ஞாயிற்றுக் கிழமைகளில் தூங்குவதும் ஒரேமாதிரி இருக்கிறதா?

பெரும்பாலானோர் வாரத்தில் ஐந்து நாட்கள் தங்களுடைய பள்ளி, கல்லூரி, அலுவலகத் தேவைகளுக்கேற்பத் தூக்கத்தைக் குறைத்துக்கொள்கிறார்கள். அதிகாலையில் அலாரம் மணி ஒலிக்கும்போது அவர்களுடைய உடலும் மூளையும் 'தூங்கு, தூங்கு' என்கின்றன. ஆனால், வேறு வழியில்லாமல் எழுகிறார்கள். இரவில் தூக்கம் வரும்போது ஏதாவது வேலைகள் காத்திருக்கின்றன, அல்லது, வெளிநாட்டுக் குழுக்களுடன் உரையாடவேண்டியிருக்கிறது. அதனால், தூக்கத்தைத் தள்ளிப்போடுகிறார்கள்.

நல்லவேளையாக, விடுமுறை நாட்களில், அதாவது, சனிக்கிழமையிலும் ஞாயிற்றுக்கிழமையிலும் இந்தப் பிரச்சனை இல்லை. அலாரத்தை ஒதுக்கிவைத்துவிட்டு நிம்மதியாக நெடுநேரம் தூங்கலாம், விரும்பும் நேரத்தில் எழலாம், இரவிலும் விரைவாகத் தூங்கச் செல்லலாம். ஐந்து நாள் துன்பத்துக்கு இரண்டு நாள் இன்பம்!

டில் ரோயென்பெர்க் என்ற ஜெர்மன் பேராசிரியர் இந்தப் பழக்கத்தை "Social Jet Lag" என்று அழைக்கிறார். அதாவது, நாம் வெளிநாட்டுக்குச் செல்லும்போது அந்த நாட்டின் நேரமும் நம் நாட்டின் நேரமும் பொருந்தாததால் நம்முடைய தூக்கம் பாதிக்கப்பட்டுத் திணறுவோமில்லையா? அதுபோல, நாம் வாரத்தில் ஐந்து வேலைநாட்களில் தூங்குவதும் மீதி இரண்டு விடுமுறை நாட்களில் தூங்குவதும் மிகவும் வேறுபட்டிருக்கின்றன. இப்படி மாறி மாறித் தூங்குவதால் நமக்கு உடல்பருமன் பிரச்சனை வரலாமாம். உலகில் மூன்றில் இரண்டு பங்கு பேருக்கு இந்தப் பிரச்சனை உள்ளது என்கிறார் இவர்.

இதை எப்படிச் சரிசெய்வது?

மிக எளிது. வாரந்தோறும் இரண்டு நாடுகளுக்குத் தாவிக்கொண்டிருக்காமல் ஒரே நாட்டில் இருக்கவேண்டும். அதாவது, திங்கள்முதல் வெள்ளிவரை நம்முடைய தூக்கப் பழக்கத்திலும் மற்ற இரண்டு நாட்களில் நம்முடைய தூக்கப் பழக்கத்திலும் மிகப் பெரிய மாற்றம் இல்லாமல் பார்த்துக்கொள்ளவேண்டும். இயன்றவரை எல்லா நாட்களிலும் ஒரே நேரத்தில் தூங்கி ஒரே நேரத்தில் எழுந்தால் அது உடலுக்குப் பலவிதங்களில் நல்லது என்கிறார்கள்.

இன்றைய படிப்பு, வேலைச் சூழல் நம்மை அப்படித் தூங்கவிடாது என்பது உண்மைதான். ஆனால், தூக்கத்தை வேறு வழியில்லாமல் வேண்டாவெறுப்பாகச் செய்கிற பழக்கமாக எண்ணாமல், அது நாம் நம்முடைய உடலுக்கும் மூளைக்கும் மனத்துக்கும் போதுமான அளவில் நாள்தோறும் வழங்கவேண்டிய கட்டாய ஓய்வு, நம்மைப் புதுப்பிக்கும் நல்ல பழக்கம் என்பதை உணரவேண்டும். அதற்குச் செலவிடுகிற நேரம் ஒரு முதலீடுதான். அதன்மூலம் நம்முடைய சிந்தனைகளும் செயல்பாடுகளும் பலமடங்கு மேம்படும். தூங்காமல் விழித்திருந்து நாம் சேமிக்கிற நேரத்தைவிடப் பலமடங்கு கூடுதல் நேரத்தை, பலன்களை அது நமக்குக் கொடுத்துவிடும்.

சிவப்பு மிட்டாய் 16: தூக்கத்தைக் கெடுத்துக்கொண்டு எதையும் செய்யவேண்டாம். நாள்தோறும் உடலுக்குத் தேவையான தூக்கத்தைக் கண்டிப்பாக வழங்குவோம்.

★★★

அத்தியாயம் – 17

சமீபத்தில் இணையத்தில் ஒரு வீடியோ பார்த்தேன். மிக இயல்பாகத் தொடங்கி, அதிர்ச்சியில் ஆழ்த்தி, பின்னர் முதன்மையான ஒரு பாடத்தைக் கற்றுத்தந்த காணொளி அது.

அந்தக் காணொளியில் ஒருவர் உடற்பயிற்சி மிதிவண்டி ஒன்றில் அமர்ந்து விரைவாக மிதித்துக்கொண்டிருந்தார். சரி, ஏதோ உடல் இளைப்பதற்கு உடற்பயிற்சி செய்கிறார் என்று பார்த்தால், திடீரென்று அவருக்கு அருகில் ஒரு பேருந்து வந்தது. அது அவரை உரசிக்கொண்டு சென்றது.

நல்லவேளை, அவருக்கு எதுவும் ஆகவில்லை. ஆனால், இதைச் சற்றும் எதிர்பாராத அவர் மிகவும் திகைத்துப்போயிருந்தார்.

சில நிமிடங்களுக்குப்பிறகு, இன்னொருவர் அதே மிதிவண்டியில் உடற்பயிற்சி செய்தார். அப்போது, அதே பேருந்து மீண்டும் வந்தது, அவரை உரசிக்கொண்டு சென்றது, அவரும் வெலவெலத்துப் போனார். இதையெல்லாம் பார்த்துக்கொண்டிருந்த எனக்குப் பெரிய குழப்பம். உடற்பயிற்சிக் கூடத்துக்குள் பேருந்து எப்படி வந்தது, ஏன் வந்தது என்று கொஞ்சம் தேடினேன். அந்தக் காணொளிக்குப் பின்னாலிருக்கும் சுவையான கதை கிடைத்தது.

நான் பார்த்த காணொளியில் மிதிவண்டியை மிதித்துக்கொண்டிருந்தவர்களெல்லாம் உண்மையில் பேருந்து ஓட்டுநர்கள். அவர்கள் பேருந்தை ஓட்டிச்செல்லும் வழியில் மிதிவண்டியில் செல்கிற பொதுமக்களை அவர்கள் கவனத்தில் கொள்ளவேண்டும், அந்த மக்களுக்கு மிக அருகில் பேருந்தை ஓட்டி அதிர்ச்சியளிக்கக்கூடாது

என்பதற்கென, அவர்களுடைய பேருந்து நிறுவனம்தான் இந்தப் புதுமையான பயிற்சிக்கு ஏற்பாடு செய்திருக்கிறது. உடற்பயிற்சிக்கூடத்துக்குள் தங்களைத் திடீரென்று உரசிச்செல்லும் பேருந்தைக் கண்டு அதிர்ச்சியடைந்தவர்கள் நாளைக்குச் சாலையில் தாங்கள் ஒரு பேருந்தை ஓட்டிச் செல்லும்போது இன்னும் கவனமாக இருப்பார்களல்லவா?

இணையத்தில் பல பொய்யான காணொளிகளும் உலவுகின்றன. அதனால், உண்மையிலேயே ஒரு பேருந்து நிறுவனம் இப்படியொரு பயிற்சியை நடத்தியதா என்பதை நம்மால் உறுதியாகச் சொல்ல இயலாது. ஆனால், இந்தப் பயிற்சியை நாம் நம்முடைய வேலைக்கு, நம் நண்பர்கள், உறவினர்களுடனான நல்லுறவுக்குப் பயன்படுத்திக்கொள்ளலாம். அதாவது, எதையும் பிறருடைய கோணத்திலிருந்து பார்க்கப் பழகிக்கொண்டால், நம்முடைய கோணத்திலிருந்து செயல்படும்போது முழுமையான சிந்தனையுடன் சரியான தீர்மானங்களை எடுக்கலாம்.

எடுத்துக்காட்டாக, நான் ஒரு கட்டுரை எழுதுகிறேன். அதில் சொல்லப்பட்டிருக்கும் தகவல்கள், செய்திகள், பாடங்களெல்லாம் எனக்கு ஏற்கெனவே தெரியும். அதனால், அந்தக் கட்டுரை எனக்கு மிகச் சிறப்பாகத்தான் தோன்றும். படிக்கிறவருக்கு அது சரியாகச் சென்றுசேர்கிறதா என்று உறுதிப்படுத்தாமல் நான் அதை வெளியிடலாமா? அப்படி நான் வெளியிட்டால், சாலையில் மெதுவாக மிதிவண்டியில் சென்றுகொண்டிருக்கிற ஒருவருக்கு மிக நெருக்கத்தில் ஒரு பிரம்மாண்டமான பேருந்தை ஓட்டிச்செல்கிறவனாக ஆவேன்.

அதனால், நான்தான் அந்தக் கட்டுரையை எழுதினேன் என்பதை நான் தாற்காலிகமாக மறந்துவிடவேண்டும். இன்னொருவருடைய பார்வையிலிருந்து அந்தக் கட்டுரையைப் படிக்க முயலவேண்டும். அப்போதுதான் அதிலிருக்கும் பிரச்சனைகள், ஓட்டைகளெல்லாம் எனக்குத் தெரியும். அவற்றைச் சரிசெய்து வெளியிட்டால் அது இன்னும் பலரைச் சென்றுசேரும், உறுதியான பலன் அளிக்கும்.

பச்சை மிட்டாய் 17: எதையும் பிறர் கோணத்திலிருந்தும் பார்க்கப் பழகுவோம், அவர்களுடைய கோணத்தைப் புரிந்துகொள்ள முயல்வோம்.

★★★

செல்சா பன்னிங் என்ற இளம் எழுத்தாளர் தன்னுடைய முதல் நாவலை எழுதினார், அதற்கு வெளியீட்டு விழா நடத்தினார். 37 பேர் அந்த விழாவில் கலந்துகொள்வதாகச் சொன்னார்கள்.

ஆனால், விழாவுக்கு வந்தவர்கள் 2 பேர்தான்.

செல்சா நொந்துபோனார், இணையத்தில் அதைப்பற்றி எழுதிப் புலம்பினார்.

அவருடைய வருத்தம் நியாயமானதுதான். கஷ்டப்பட்டு ஒரு நாவலை எழுதியபின் அதன் வெளியீட்டு விழாவுக்கு இரண்டு பேர்மட்டும் வருகிறார்கள் என்றால் அது தோல்வியின் அடையாளமல்லவா? இனி அவர் எப்படி வெற்றிபெற முடியும்?

ம்ஹூம், செல்சா நினைத்தது முற்றிலும் தவறு. இதை அவருக்கு எடுத்துச்சொன்னவர், மார்கரெட் ஈ. அட்வுட் என்கிற புகழ் பெற்ற எழுத்தாளர்.

செல்சா தன்னுடைய புத்தக வெளியீட்டு விழாவுக்கு இரண்டு பேர்தான் வந்தார்கள் என்பதை எண்ணி வருந்தி எழுதியிருந்த பதிவுக்கு மார்கரெட் இப்படிப் பதில் எழுதினார், ‘நானும் உங்களைமாதிரிதான். நான் முன்பு நடத்திய ஒரு புத்தக வெளியீட்டு விழா ஒருவர்கூட வரவில்லை.’

ஆம், செல்சா நடத்திய விழாவுக்கு 2 பேராவது வந்தார்கள், மார்கரெட் நடத்திய விழாவுக்கு ஒருவர்கூட வரவில்லை. ஆனால், அது மார்கரெட்டின் வெற்றியைச் சிறிதும் பாதிக்கவில்லை. அவர் பல சிறப்பான நூல்களை எழுதிப் பெரிய வாசகர் வட்டத்தைப் பெற்றார், பல விருதுகளை வென்றார்.

புதிதாகப் புத்தகம் வெளியிடுகிற ஒருவர் அதன் விற்பனை, அது பெறுகிற புகழ், பாராட்டுகள் போன்றவற்றை வெற்றி அடையாளமாக எண்ணுவது இயல்புதான். ஆனால், ஓர் எழுத்தாளருடைய ஒட்டுமொத்தக் கலைவாழ்க்கையைக் கருத்தில் கொண்டு பார்க்கும்போது, இதுபோன்ற புள்ளிவிவரங்கள் தாற்காலிக உயர்வுகள் அல்லது தாழ்வுகளாகத்தான் இருக்கும். அவற்றை எண்ணி மிகையாக மகிழ்வதோ, மிகையாக வருந்துவதோ சரியில்லை.

எந்தத் துறையிலும் புள்ளிவிவரங்களுக்கு மிகுந்த முக்கியத்துவம் அளிக்கப்படுகிறது. குறிப்பாக, எதிர்மறைப் புள்ளிவிவரங்கள் தொடர்புடைய நபர்களுக்குச் சோர்வை உண்டாக்கக்கூடும். அதுபோன்ற நேரங்களில் அவர்கள் சற்று விலகிநின்று சூழ்நிலையை ஒரு முழுமையான பார்வை பார்த்தால், 'இதைத் தாண்டியும் நாம் வெல்லலாம்' என்பது அவர்களுக்குப் புரியும்.

எடுத்துக்காட்டாக, சச்சின் டெண்டுல்கர் கிரிக்கெட்டில் பெரிய சாதனைகளைச் செய்தவர். ஆனால், அவர் ஒரு ரன்கூட எடுக்காத போட்டிகள் நிறைய உண்டு. அதையெல்லாம் எடுத்துவைத்துக்கொண்டு அவர் வருந்தியிருந்தால் தொடர்ந்து ஊக்கத்துடன் விளையாடியிருக்க இயலுமா?

அப்படியானால், நாம் எதிர்மறைப் புள்ளிவிவரங்களைத் தூக்கி வீசிவிடவேண்டுமா? அவற்றைக் கண்டுகொள்ளக்கூடாதா?

நாம் தனித்தனிப் புள்ளிவிவரங்களுக்குப் பெரிய முக்கியத்துவம் தரவேண்டியதில்லை. ஏனெனில், அவை எந்தத் திசையிலும் செல்லலாம். அதுபோன்ற பல தனிப் புள்ளிவிவரங்களைத் தொகுத்து ஒட்டுமொத்தமாகப் பார்க்கும்போது என்ன தெரிகிறது என்ற காட்சியைத்தான் நாம் கவனிக்கவேண்டும்.

எடுத்துக்காட்டாக, சச்சின் தொடர்ந்து பல போட்டிகளில் குறைந்த ரன்களில் ஆட்டமிழக்கிறார், அல்லது, ஒரு குறிப்பிட்ட வகைப் பந்து அவரை ஏமாற்றி ஆட்டமிழக்கச்செய்துவிடுகிறது என்றால், அதை அவர் கூர்ந்து கவனித்திருப்பார், சரிசெய்திருப்பார். அந்த அறிவும் செயல்பாடும் ஒற்றைப் புள்ளிவிவரத்தை வைத்துக்கொண்டு புலம்புவதைவிடப் பயனுள்ளவை.

சிவப்பு மிட்டாய் 17: எதிர்மறைப் புள்ளிவிவரம் ஒன்றை வைத்துக்கொண்டு மிகையாக உணர்ச்சிவயப்படவேண்டாம். அதிலிருந்து சற்று விலகிநின்று சூழ்நிலையை முழுமையாகப் பார்த்துத் தீர்மானிப்போம், செயல்படுவோம்.

★★★

அத்தியாயம் – 18

தண்ணீர் கொதித்துக்கொண்டிருக்கிறது. அதன்மீது குளிர்ந்த நீரை நிறையக் கொட்டினால் அது முற்றிலும் ஆறிவிடுகிறது, வெந்நீரும் குளிர்ந்துவிடுகிறது.

சரி. கதையை மாற்றிப் பார்ப்போம். குளிர்ந்த நீரில் நிறைய வெந்நீரைக் கொட்டினால் என்ன ஆகும்? குளிர் ஓடிவிடுகிறது. வாளியில் வெந்நீர்தான் மிஞ்சுகிறது.

'சேருமிடம் அறிந்து சேர்' என்று தமிழில் பழமொழி உண்டு. நம்முடைய இயல்பு எதுவானாலும் அதை மாற்றுகின்ற தன்மை நம்மைச் சுற்றியிருக்கிற சூழ்நிலைக்கு உண்டு. அதுவும் சிறு மாற்றம் இல்லை, சில நேரங்களில் மிகப் பெரிய மாற்றமாக அது இருந்துவிடுகிறது.

இதன் பொருள், நாம் யாருடன் நிறைய நேரத்தைச் செலவிடுகிறோம் என்பதற்கு நம்முடைய எதிர்காலத்தைத் தீர்மானிக்கும் வல்லமை உண்டு. தங்களைவிட மேம்பட்டவர்களுடன் பழகுகின்ற பழக்கத்தை வளர்த்துக்கொள்கிறவர்கள் தாங்களும் மேம்படுவார்கள். தங்களைவிடத் தாழ்வானவர்களுடன் பழகத் தீர்மானிக்கிறவர்கள் தாங்களும் தாழ்ந்துபோவார்கள். எல்லாம் சராசரிக் கணக்குகள்தான்.

என்னுடைய மேலாளர் ஒருவர், *'if you are the smartest person in the room, you are in the wrong room'* என்று அடிக்கடி சொல்வார். அதாவது, ஓர் அறையில் நாம்தான் மிகப் பெரிய அறிவாளி என்றால், அது அந்தக் கணத்தில் நமக்குப் பெருமையைக் கொடுக்கலாம். ஆனால், நம்மைச் சுற்றியிருக்கிற எல்லாரையும்விட நாம்தான் அறிவாளி என்றால், அந்தச் சுற்றுப்புறத்தின்மூலம் நாம் எந்தப் பயனையும் பெறமுடியாது. அவர்கள் தான் நம்மைப் பயன்படுத்திக்கொண்டு வளர்வார்கள்.

அதனால், நாம் வேறோர் அறையைத் தேடவேண்டும். அங்கு நாம்தான் இருப்பவர்களுள் பெரிய முட்டாளாக இருக்கவேண்டும். அதாவது, நம்மைச் சுற்றியுள்ள அனைவரும் நம்மைவிட அறிவாளிகளாக இருக்கவேண்டும். அதுதான் நம்மை முன்னேற்றும்.

இதைச் சொல்வது எளிது. செய்வது கடினம். ஏனெனில், அறிவாளிகளுக்கு நடுவில் முட்டாளாக இருப்பது நமக்குப் பாதுகாப்பில்லா உணர்வை உண்டாக்கும். பழையபடி முட்டாள்களுக்கு நடுவில் அறிவாளியாக இருந்துவிடலாம் என்றுதான் நினைப்போம். அந்தத் துடிப்பைக் கட்டுப்படுத்திக்கொண்டு தொடர்ந்து நம்மைவிட மேம்பட்டவர்களுடன் பழகுவதும் அவர்களிடமிருந்து கற்றுக்கொள்வதும் நம்மை வாழ்வில் பலமடங்கு முன்னேற்றும்.

சில ஆண்டுகளுக்குமுன் இணையத்தில் பெரும் புகழ் பெற்ற ஓர் உண்மைக் கதை இது. ஒரு பெரிய மென்பொருள் நிறுவனத்தில் பாதுகாப்புக் காவலராகப் பணிபுரிந்த ஒருவர், அங்கிருந்த நிரலாளர்களுடன் நட்பாகப் பழகியிருக்கிறார். அவர்களுடைய பேச்சுகள், நடவடிக்கைகளைக் கூர்ந்து கவனித்திருக்கிறார், அதன்மூலம் என்னென்ன படிப்பது, எப்படித் திறமைகளை வளர்த்துக்கொள்வது, தானும் அவர்களைப்போல் வளர்வது எப்படி என்றெல்லாம் சிறிதுசிறிதாகத் தெரிந்துகொண்டிருக்கிறார், தன்னுடைய ஓய்வுநேரத்தில் அதற்கென உழைக்கத் தொடங்கியிருக்கிறார்.

ஆனால், அவர் நினைத்ததுபோல் அது அத்தனை எளிமையாக இல்லை. ஆனாலும் அவர் விடாமல் போராடியிருக்கிறார், தன்னைச் சுற்றியிருந்தவர்களிடம் அவ்வப்போது உதவி பெற்றுக்கொண்டு வளர்ந்திருக்கிறார். அதன்மூலம், தான்

காவலராகப் பணியாற்றிய அதே நிறுவனத்தில் மென்பொருள் எழுதும் நிரலாளராகச் சேர்ந்திருக்கிறார்.

இது ஏதோ கற்பனையாக எழுதுகிற 'தேவதைக் கதை' இல்லை. தன்னைவிட மேம்பட்ட நிலையில் உள்ளவர்களுடன் தொடர்ந்து பழகுவதன்மூலம் நம் திறமைகளும் பண்புகளும் தானாக மேம்படுகின்றன என்பது வரலாற்றில் பலமுறை நிரூபிக்கப்பட்ட உண்மை. அதற்கு உழைப்புமட்டும் போதாது, மிகுந்த துணிவும் வேண்டும். தன்னுடைய வசதியான நிலையிலிருந்து விரும்பி வெளியில் வந்து மேலேறும் துடிப்பு வேண்டும். அந்தப் பழக்கம் இருந்துவிட்டால், எல்லா நிலைகளிலும் அது கைகொடுக்கும்.

பச்சை மிட்டாய் 18: எப்போதும் நம்மைவிட மேம்பட்டவர்களுக்கு நடுவில் இருப்போம், அவர்களிடமிருந்து தொடர்ந்து கற்றுக்கொள்வோம்.

★★★

புகழ் பெற்ற நடிகர், இயக்குநர் கிளின்ட் ஈஸ்ட்வுட் தன்னுடைய 88வது பிறந்தநாளைக் கொண்டாடவிருந்தார். அதே நாளில் அவர் ஒரு புதிய திரைப்படத்துக்கான பணிகளையும் தொடங்கவிருந்தார்.

மக்கள் ஐம்பது வயதைத் தொடுவதற்குமுன் ஓய்வைப்பற்றிச் சிந்திக்கிற இன்றைய சூழ்நிலையில் இப்படி 88 வயது மனிதர் ஒருவர் தொடர்ந்து ஊக்கத்துடன் செயல்படுவது வியப்புதான். இது உங்களுக்கு எப்படிச் சாத்தியமாகிறது என்று ஒருவர் கிளின்ட் ஈஸ்ட்வுட்டிடம் கேட்டார்.

'நான் ஒவ்வொரு நாளும் காலையில் எழுந்து என்னுடைய வேலைகளைக் கவனிக்கிறேன். எனக்கு வயதாகிவிட்டது என்ற எண்ணத்தைக்கூட நான் அனுமதிப்பதில்லை' என்றார் கிளின்ட் ஈஸ்ட்வுட்.

வயது என்பது வெறும் எண்தான் என்பார்கள். ஏனெனில், இருபது வயதிலும் சோர்ந்து இருக்கிறவர்களைப் பார்க்கலாம், எண்பது வயதிலும் சுறுசுறுப்பாகச் செயல்படுகிறவர்கள் உள்ளார்கள். அந்த எண்ணை நினைத்துச் சோர்கிறார்களா அல்லது அதைப் பொருட்படுத்தாமல் தங்களுடைய மனத்தின் வயதுக்கேற்ப இயங்குகிறார்களா என்பது அவரவருடைய தீர்மானம்தான்.

இந்த மனநிலைக்குச் சான்றாக, உலக அளவில் எல்லாத் துறைகளிலும் முதிய வயதில் சாதனைகளைப் புரிந்தவர்கள் ஏராளம். சொல்லப்போனால், பணத்தைத் துரத்திக்கொண்டு துடிப்பான இளமைக் காலத்தை வீணடித்தபிறகு தங்களுடைய மனத்துக்குப் பிடித்த துறையில் நுழைந்து மகிழ்ச்சியுடனும் மன நிறைவுடனும் முன்னேறியவர்கள் பலர்.

அதனால், 'எனக்கு வயதாகிவிட்டது. அதனால், இது என்னால் முடியாது' என்று நினைப்பது தவறு. குறிப்பாக, புதிய விஷயங்களைக் கற்றுக்கொள்வதற்கு வயது ஒரு தடை இல்லை. அதைத் தடையாக நினைக்கிறவர்கள் இந்தப் பொய்யை உண்மையாக்கிக்கொள்கிறார்கள், அதன்மூலம் நல்ல வாய்ப்புகளை இழக்கிறார்கள்.

ஒருவேளை அப்படிப் புதியவற்றைக் கற்றுக்கொள்ள மனம் இல்லாவிட்டாலும், ஓய்வு என்பது எதையும் செய்யாமல் சும்மா இருப்பது என்ற எண்ணத்திலிருந்தாவது வெளியில் வரலாம். ஒருவர் தன்னுடைய உடல் சார்ந்த நடவடிக்கைகளைக் குறைத்துக்கொள்ளும்போது அவருடைய மனநலன் பாதிப்புக்குள்ளாவதாக ஆய்வுகள் சொல்கின்றன. அதனால், ஓய்வுபெறுதல் என்பது நமக்குப் பிடித்தவற்றைச் செய்வதற்கு வழங்கப்பட்டிருக்கும் உரிமம் என்று நினைக்கலாம். இத்தனை ஆண்டுகளாகப் பணியாற்றிச் சேர்த்த அனுபவத்தை வீணாக்காமல் நேர்விதமான பணிகளில் செலுத்தலாம். அது தரும் மன நிறைவை மகிழ்ந்து அனுபவிக்கலாம்.

நம் ஊரில் நடுத்தர வயதில் உள்ள யாரையாவது பார்த்து 'உங்களுக்குக்கு வயதாகிவிட்டது' என்பதுபோல் ஏதாவது சொன்னால், அவர்களுக்குச் சினம் வரும். 'நான் இன்னும் இளைஞர்தான்' என்பார்கள், அல்லது, எதையாவது செய்து தங்கள் இளமையை நிரூபிக்க முயல்வார்கள். அப்படித் தங்களை எப்போதும் இளைஞர்களாகக் காண்பித்துக்கொள்ள விரும்புகிறவர்கள்கூட, ஓய்வுபெறுதலை, அதாவது, சும்மா இருத்தலை எண்ணி ஏங்குவதுதான் வியப்பு. அந்த மனநிலை தங்களுடைய இப்போதைய பணிகளிலும் வெளிப்படும், தங்களைப் பின்னுக்கிழுக்கும் என்பதை அவர்கள் உணர்வதில்லை.

சும்மா இருப்பது என்பது வாழ்க்கையின் உச்சம் இல்லை. அது ஓர் இழிவான நிலை. ஒருவர் எந்த வயதில் அதை விரும்பினாலும் அது அவருக்குத் துன்பத்தைத்தான் கொண்டுவரும். உண்மையான மகிழ்ச்சி செயல்படுவதிலும் அதன்மூலம் மன நிறைவு கொள்வதிலும்தான் உள்ளது.

சிவப்பு மிட்டாய் 18: சும்மா இருப்பதை விரும்பவேண்டாம். எப்போதும் மனத்தை இளமையாக வைத்துக்கொண்டு மன நிறைவைத் தரும் பணிகளில் ஈடுபடுவோம்.

★★★

தெளிவான எழுத்தும் ஆழமான ஆய்வும் நிறைந்த நூல்களுக்காகத் தமிழ் வாசகர்களிடையில் நன்கு அறியப்பட்டுள்ள என். சொக்கன் புனைவு, வாழ்க்கை வரலாறு, நிறுவன வரலாறு, தன்னம்பிக்கை, சிறுவர் இலக்கியம் உள்ளிட்ட துறைகளில் இதுவரை எழுபதுக்கும் மேற்பட்ட நூல்கள், நூற்றுக்கணக்கான கதைகள், கட்டுரைகளை எழுதியுள்ளார். விரிவான ஆய்வுகள், சான்றுகளின் அடிப்படையிலான ஆழமான வரலாற்று நூல்களைத் தமிழில் எழுத இயலும், அவற்றைப் பெரும்பான்மை வாசகர்களுக்குக் கொண்டுசேர்க்கவும் இயலும் என்பதைப் பலமுறை நிரூபித்த எழுத்து வகை இவருடையது.

தமிழ், ஆங்கிலம் ஆகிய இரு மொழிகளிலும் எழுதும் சொக்கனுடைய நூல்கள் ஹிந்தி, கன்னடம், மலையாளம் உள்ளிட்ட பல மொழிகளில் மொழிபெயர்ப்பாகியுள்ளன.